महानिर्वाण

सतीश आळेकर यांचे प्रकाशित साहित्य

नाटक

अतिरेकी
एक दिवस मठाकडे / ठकीशी संवाद
दुसरा सामना
पिढीजात / मिकी आणि मेमसाहेब
बेगम बर्वे
महानिर्वाण
महापूर
शनिवार रविवार

एकांकिका

झुलता पूल आणि इतर एकांकिका
आधारित एकांकिका

आठवणी

गगनिका

महानिर्वाण

सतीश आळेकर

पॉप्युलर प्रकाशन, मुंबई

महानिर्वाण
(म – १३५५)
पॉप्युलर प्रकाशन
ISBN 978-81-955127-9-9

MAHANIRVAN
(Marathi : Play)
Satish Alekar

कृष्णा, २ रा मजला, पत्रकारनगर
पुणे ४११ ०१६
mikinalekar@hotmail.com
satish.alekar@gmail.com

पहिली आवृत्ती : १९७४
दुसरी आवृत्ती : १९७९
तिसरी आवृत्ती : १९८७
चौथी आवृत्ती : १९९९
पाचवी आवृत्ती : २०११
पहिल्या पाच आवृत्त्या : नीलकंठ प्रकाशन, पुणे
सहावी आवृत्ती : २०२२ / १९४४

मुखपृष्ठ : शेखर गोडबोले, राजू देशपांडे

मुद्रितशोधन : मिलिंद बोरकर, पुणे

प्रकाशक
हर्ष भटकळ
पॉप्युलर प्रकाशन प्रा. लि.
३०१, महालक्ष्मी चेंबर्स
२२, भुलाभाई देसाई रोड
मुंबई ४०० ०२६

अक्षरजुळणी
मुग्धा दांडेकर
थ्रीडी ग्राफिक्स, पुणे

'महानिर्वाण' या नाटकाचा पहिला प्रयोग दिनांक २२ नोव्हेंबर १९७४ या दिवशी रात्री नऊ वाजता भरत नाट्य मंदिर, पुणे, येथे सादर करण्यात आला.

दिग्दर्शक : सतीश आळेकर
निर्मिती प्रमुख : श्रीधर राजगुरु, जब्बार पटेल
नेपथ्य : नंदू पोळ
ध्वनिसंकलन : मोहन गोखले
प्रकाशयोजना : समर नखाते
पार्श्वसंगीत : सुरेन्द्र अकोलकर
रंगभूषा : निवृत्ती दळवी
संगीत : आनंद मोडक
नृत्य : सुभाष फुले
वाद्यवृंद : शाम भोंडे, आनंद मोडक,
श्रीकांत राजपाठक,
अशोक गायकवाड
सहाय्यक : अरविंद ठकार, राजेन्द्र डेंगळे,
रोहिणी भागवत

कलाकार

भाऊराव : चंद्रकांत काळे
रमा : माधुरी भावे
नाना : सतीश आळेकर
चाळकरी : श्रीराम रानडे, हेमंत विसाळ,
रमेश मेढेकर, विजय चांदेकर,
सुरेश बसाळे, दिलीप मिटकर,
दिलीप जोगळेकर, अरविंद ठकार,
श्रीकांत गद्रे, सुर्यकांत पानवलकर,
श्रीराम पेंडसे, उदय लागू,
आनंद मोडक, नंदू पोळ

'महानिर्वाण'ची ३६ वर्षे

'महानिर्वाण' नाटकाचा पहिला प्रयोग पुण्यातील 'भरत नाट्य मंदिरात' राज्य नाट्य स्पर्धेमध्ये २२ नोव्हेंबर १९७४ रोजी झाला. त्याला आता ३६ वर्षे पुरी होतील. इतकी वर्षे नाटकाचे प्रयोग 'थिएटर, ॲकॅडेमी, पुणे' ही संस्था करत असली तरी नाटकाचा प्रथम प्रयोग श्रीधर राजगुरू ह्यांच्या 'शिशुरंजन, पुणे' ह्या बालनाट्य संस्थेच्या नावे आहे. कारण त्या वेळी थिएटर ॲकॅडेमी ही संस्था नोंदवून तीन वर्षे झाली नव्हती आणि संस्था किमान तीन वर्षे नोंदवलेली हवी, असा राज्य नाट्य स्पर्धेचा नियम. त्यामुळे थिएटर ॲकॅडेमीने निर्मिलेली माझी पहिली नाटके 'मिकी आणि मेमसाहेब' (१९७३), 'महानिर्वाण' (१९७४) आणि महापूर (१९७५) ही राज्य नाट्य स्पर्धेत शिशुरंजन ह्या संस्थेतर्फे सादर झाली, अशी ही गंमत.

'महानिर्वाण' नाटकाच्या गेल्या ३६ वर्षांच्या प्रवासात काम करीत असणारे बरेच आता साठीच्या पुढे आहेत, तर काही साठीच्या उंबरठ्यावरती आहेत. नाटकाशी संबंधित रमेश टिळेकर, मोहन गोखले, दीपक ओक तसेच पिंडदानाच्या सीनमध्ये काम करणारा सुरेश बसाळे हे आज हयात नाहीत. मला ३१ वर्षे साथ देणारी माझी पत्नी अनिताही काळाआड गेली आहे. नाटक सुरू झाले त्या वेळी ऐन विशी-पंचविशीत असणारे सगळे तरुण आता आजोबा होण्याच्या टप्प्यावर आहेत. नाटकाचे व्यवस्थापन (१९७४ ते ९०) बघणारे श्रीधर राजगुरू ह्यांचे सहस्रचंद्रदर्शन दोन वर्षांपूर्वी झाले, तर रंगमंच व्यवस्था बघणारा अरविंद ठकार आता वयाची पंच्याहत्तरी ओलांडतो आहे. एकूणच, गेल्या ३६ वर्षांत पुलाखालून बरेच पाणी वाहून गेले आहे.

ह्या प्रवासात नाटकाचा उल्लेख म्हणजे आमच्या संस्थेचा थिएटर ॲकॅडेमी, पुणेचा (स्थापना २७ मार्च १९७३) प्रवासही अभिप्रेत आहे. कारण मी लिहिलेली जवळपास सर्व नाटके, एकांकिका ह्या संस्थेने केल्या. अजून प्रयोग चालू असतात.

माझ्या नाटकांचे दिग्दर्शनही बऱ्याच वेळा माझेच असते. 'महानिर्वाण' नाटकाच्या सुरुवातीच्या अंदाजे १०० प्रयोगांत नानाची भूमिकाही मी केली होती. नंतर ती रवींद्र मंकणी ह्याने केली आणि प्रसाद पुरंदरे गेली २५ वर्षे करतो आहे. पण भाऊराव ही मध्यवर्ती भूमिका मात्र गेली ३६ वर्षे सर्व प्रयोगांतून चंद्रकांत काळे हाच करतो. फक्त त्याला पूर्वी त्याचे वय रंगभूषेद्वारे वाढवावे लागत असे, आता ते वय त्याला थोडे कमी करावे लागते. कारण आता त्याचीही साठी जवळ आली आहे. ह्या संस्थेच्या जडण-घडणीशी माझा संबंध १९७३ ते १९९२ पर्यंत आला. त्यामुळे माझे नाटक आणि संस्था असा हा एकत्र प्रवास आहे. कारण नाटक ही कला एकाची नसते. संस्थेमध्ये नट, नेपथ्य असा बाडबिस्तरा घेऊन प्रसंगी आर्थिक तोशिश पत्करून गावोगाव फिरणाऱ्या कलाकारांचा एक बिनतक्रार समूह असावा लागतो. असा समूह मला थिएटर ॲकॅडेमीमध्ये मिळाला, हे माझे आणि माझ्या नाटकांचे भाग्यच!

सन १९७४ पासून आजपर्यंत जवळपास ५००च्या आसपास प्रयोग झाले. संस्था हौशी असल्याने सर्व कलाकार आपापले व्यवसाय सांभाळून नाटकात कामे करतात. प्रतिवर्षी १२-१३ म्हणजे प्रति महिना एक प्रयोग असे अंदाजे प्रमाण पडते. रूढार्थाने लोकप्रियता म्हणतात तशी ह्या नाटकाला कधीच लाभली नाही, पण प्रयोग होत राहिले. गर्दी बऱ्यापैकी असायची, अजूनही असते. नाटकाचा विषय लोकांना भावत असल्याने नाटक नेहमी चर्चेत राहिले.

हे नाटक अनेक भारतीय भाषांमधून अनुवादित, मंचित झाले. अजूनही होत असते. हिंदी, गुजरातीमध्ये त्याचे २००पेक्षा जास्त प्रयोग झाले. भोपाळची नटबुंदेले ही संस्था हिंदीत हे नाटक १९८५पासून करीत आहे. बंगाली, तमिळ, डोगरी (श्रीनगर), पंजाबी, राजस्थानी, कोकणी, कानडी ह्या भाषांत नाटक गेले. इंग्रजीमध्ये भाषांतर गौरी देशपांडे ह्यांचे आहे. त्या पुस्तकाची आता तिसरी आवृत्ती चालू आहे. हिंदी, तमिळमध्ये 'महानिर्वाण' पुस्तकरूपाने प्रसिद्ध झाले. अनेक भाषांमधून नाटकावर लिहिले गेले. पुण्याच्या राजहंस प्रकाशनने डॉ. रेखा इनामदार-साने ह्यांनी संपादित केलेला 'महानिर्वाण' : समीक्षा आणि संस्मरणे' नावाचा ग्रंथही प्रकाशित केला (१९९९). त्याची आता दुसरी आवृत्ती चालू आहे. अनेक विद्यापीठांच्या पदव्युत्तर अभ्यासक्रमात ह्या नाटकाचा समावेश असतो. इंग्रजी विभागाच्या 'तौलनिक भारतीय साहित्य' अशा अभ्यासक्रमातदेखील नाटक अभ्यासले जाते. अनेक परदेशी विद्यापीठांतील नाट्यशास्त्राच्या विभागातून 'आधुनिक भारतीय रंगभूमी'अंतर्गत हयवदन, वाडा चिरेबंदी, घाशीराम कोतवाल, वाटा-पळवाटा ह्या

नाटकांबरोबरच हेही नाटक असते. आता अशा ह्या रूढार्थाने एकसंध नसलेल्या- म्हणजे पहिला अंक आणि दुसरा अंक ह्यांच्या बाजामध्ये कमालीची भिन्नता असलेल्या- ह्या नाटकाची आता पाचवी आवृत्ती प्रसिद्ध होत आहे. आणि त्या निमित्त मी काही लिहावे, असा आग्रह आमचे प्रकाशक मित्र प्रकाश रानडे ह्यांचे ज्येष्ठ चिरंजीव आणि नीलकंठ प्रकाशनाचे विद्यमान व्यवस्थापक शैलेंद्र रानडे यांनी केला. नाटकाच्या सुरुवातीच्या प्रयोगांना शैलेंद्रची आई सौ. विद्या रानडे त्याला कडेवर घेऊन विंगेत उभी असायची.

तर, अशा ३६ वर्षांच्या नाटकाचे २०१० मध्ये नेमके नाते काय? हे नाटक सध्याच्या प्रेक्षकांना रुचते की केवळ कुतूहल म्हणून ते येत असतात? ह्या प्रश्नांची उत्तरे खरे तर प्रेक्षकांनीच द्यावीत. पण सध्याच्या प्रयोगांना तरुण प्रेक्षकवर्ग उपस्थित असतो, हे मात्र खरे. नाटक हे नेहमी प्रयोगासाठी असते आणि असावेच. रूढार्थाने साहित्यिक बाज माझ्या नाटकांना असतो, असे नाही. त्यात सहज समजेल अशी गोष्ट असेलच, असेही नाही. मग असे नाटक १९७४पासून कलाकारांनी आजही का करावे? पुन्हा संस्था हौशी असल्याने सर्व कलाकार आपापले उद्योग-व्यवसाय सांभाळून मानधन न घेता प्रयोग करतात. आजच्या काळात आश्चर्य वाटेल असेच हे वर्तन! आजही नाटक कधी लागले की, सर्व कलाकार विनातक्रार तालमींना येऊन प्रयोगासाठी मंचसिद्ध होत असतात. बरे, हे कलाकार आता साधेसुधे राहिलेले नाहीत. नाटक, चित्रपट, दूरदर्शन मालिका, साहसी खेळ संस्था, ध्वनिमुद्रण स्टुडिओ, संगीत ह्यामधून हे भेटत असतातच. आनंद मोडक, चंद्रकांत काळे, रमेश मेढेकर, प्रकास अर्जुनवाडकर, नंदू पोळ, उदय लागू, दिलीप जोगळेकर, अनिल भागवत, श्रीकांत गद्रे, श्रीराम रानडे, श्रीराम पेंडसे हे सुरुवातीपासूनच असलेले; तर १९७९-८० पासून आलेले प्रसाद पुरंदरे, श्रीरंग गोडबोले, श्रीधरप्रसाद भावे, कल्याण किंकर, रमेची व्यक्तिरेखा वेळोवेळी सादर करणाऱ्या डॉ. माधुरी गोरे, डॉ. सुजल वाटवे, डॉ. मंजिरी परांजपे, कल्पना देवळणकर आणि सध्या गौरी लागू, मंचव्यवस्थापन करणारे दिलीप गोखले, सागर अत्रे, संजय लोणकर... कुणाकुणाची नावे घ्यावीत! हे सगळे ह्या प्रवासात मनापासून वेळोवेळी सामील झाले. प्रयोगही फक्त महाराष्ट्रात नाही, तर भारतात अनेक राष्ट्रीय नाट्य महोत्सवात झाले. एक प्रयोग १९८० मध्ये 'घाशीराम कोतवाल'च्या प्रयोगासोबत लंडनच्या रिव्हरसाईड स्टुडिओमध्येही झाला. मी ह्या सर्वांच्या ऋणात आहे.

गेली इतकी वर्षे ह्या कलाकारांनी नाटकाला साथ देण्याचे एक कारण असू

शकेल की, आम्ही सगळे जवळपास एकाच वयोगटातील. स्वातंत्र्योत्तर काळातील जन्मलेली आमची पिढी. ह्या नाटकातील विषय, भाषा, संदर्भ ह्याच्याशी सगळेच त्याच तीव्रतेने परिचित. सर्वांचे शिक्षण मराठी माध्यमातून झालेले. पुण्यात आलेला १९६१ मधील पानशेतचा प्रलय सर्वांनीच जवळून अनुभवलेला. त्या प्रलयानंतरच्या बदलत्या पुण्याचे वारे सर्वांनाच लागलेले. पुण्याचे चिमाजीअप्पांपासून सुरू झालेले शनिवार पेठेतील ओंकारेश्वर मंदिर परिसरातील जुने स्मशान बंद झाल्यावर नवे वैकुंठ स्मशान सुरू होणे, हा बदलही सर्वांनी जवळून बघितलेला. सर्व कलाकार पुण्याच्या डेक्कन जिमखाना ते शनिवार, नारायण, सदाशिव, नाना, भवानी, कसबा अशा पेठांमधून वाढलेले. त्यामुळे सर्वांच्यामध्ये अनुभवांची एकसमानता होती. त्याचा असा परिणाम झाला असावा.

'महानिर्वाण' नाटक शहरात घडले. पण त्या शहराचा उल्लेख नाही. कोणत्याच पात्राचे आडनाव नाही. काही पात्रांना तर नावेही नाहीत. पण प्रत्येक लेखकाच्या मनात एक गाव असते. त्याचा इतिहास आणि भूगोल असतो. वास्तवासी निगडित ह्या काल्पनिक गावातील सामाजिक, राजकीय आणि आर्थिक स्थित्यंतरे असतात. ती पिढीगणिक बदलत राहतात आणि त्याच्या कळा कलाकृतीतून पाझरत राहतात. प्रस्तुत नाटक ह्याला अपवाद नाही. नाटक जरी मृत्यूभोवती असले, तरी फक्त तोच ह्या नाटकाचा विषय नाही. मध्यमवर्गीय शहरी मानसिकतेतील स्थित्यंतर हेही महत्त्वाचे आहे. समाजात, घरात असतात तशा ह्या नाटकात दोन पिढ्या आहेत. त्यांच्या विचारांच्या, भाषेच्या रंगमंचीय अवकाशातील अभिव्यक्तीच्या, गाण्यांच्या भिन्न पद्धती आहेत. कोणत्याही दोन पिढ्यांत हा फरक आपल्याला जाणवतोच. हाच फरक रंगमंचीय भाषेत ह्या नाटकात अधोरेखित होत, बऱ्याचदा अतिशयोक्तीचा आणि विडंबनात्मक होतो. आणि हेच बहुधा १९७४ पासून येण्याच्या प्रेक्षकांना भावत असावे, म्हणून ते नाटकाला येतात का?

आधी म्हटल्याप्रमाणे नाटक हा प्रकार समूहाचा असतो. कलाकारांचे स्थान फार महत्त्वाचे असते. काही जणांचा खास उल्लेख केला पाहिजे. भाऊरावचे काम करणारा चंद्रकांत काळेसारखा उत्तम गायक आणि उत्तम नट असा मेळ क्वचितच वाट्याला येतो. नाटकातील व्यक्तिरेखेचा अचूक बाज हेरून गेली ३६ वर्षे सर्व प्रयोगांतून पहिल्या प्रयोगाइतक्याच ऊर्जेने मंचित होणे म्हणजे काय, ह्याचा वस्तुपाठ म्हणजे भाऊरावाची भूमिका. असा नट वाट्याला येणे ह्याला भाग्यच असावे लागते. तसेच नाटकाचा संगीत दिग्दर्शक आनंद मोडक, ह्याचा संगीत दिग्दर्शनाचा

प्रवास ह्याच नाटकापासून सुरू झाला. नाटकाचा बाज अचूक हेरून कीर्तन आणि आधुनिकता ह्याचा चोख मेळ घालून परंपरा व नवता ह्यांच्या सीमेवरचे अचूक संगीत त्याने दिले. इतकेच नाही तर हार्मोनियमची साथ दिली. श्रीकांत राजपाठक आणि अशोक गायकवाड हे पखवाज आणि तबला/ढोलकीच्या साथीला असायचे. काही प्रयोगांना हार्मोनियमची साथ राहुल रानडे आणि राजीव परांजपे ह्यांनीही केली आहे.

आणखी एक महत्त्वाचा सहकारी म्हणजे, आता आंतरराष्ट्रीय ख्यातीचा माध्यम व चित्रपटतज्ज्ञ असलेला समर नखाते. मी केलेल्या 'झुलता पूल' या पहिल्या एकांकिकेपासून (१९७१) ते आजतागायत माझ्या जवळजवळ सर्व नाटकांची प्रकाशयोजना समरची. कलाकृतीची जातकुळी अचूक हेरून कमीत कमी स्टेजलाईट्स लावून तो नेमकी प्रकाशयोजना करतो. तालमींना उपस्थित राहून तालमींची परखड चिकित्सा करतो. त्याच्या सूचना नेहमीच महत्त्वाच्या ठरल्या आहेत. असा सहकारी मिळणे दुरापास्त असते. पण मी नशीबवान ठरलो.

प्रत्यक्ष ह्या नाटकात सहभाग नसला तरी १९७३ पासून ज्यांच्याशी माझा नियमित विचारविनिमय चुकला नाही, ते सहकारी म्हणजे जब्बार पटेल, मोहन आगाशे आणि विद्याधर वाटवे- ज्यांची साथ मला नाटकापुरतीच नाही, तर व्यक्तिगत जीवनातदेखील महत्त्वपूर्ण ठरली. अजूनही ठरते आहे.

नाटकाबद्दल अनेक मान्यवरांनी लिहिले. प्रतिक्रिया दिल्या. ढोबळमानाने दोन प्रकारच्या प्रतिक्रिया असायच्या. काहींना नाटक संपूर्ण आवडले, तर काहींना पहिला अंक आणि दुसरा अंक ह्यामधला परस्परविरुद्ध बाज खटकला. पण पहिल्या अंकातील मांडणी अधिक भावली. पण ज्यांना ह्या दोन बाजांसकट नाटक भावले, त्यात तरुण प्रेक्षकांचा सहभाग अधिक असतो. कधी कोणाला अंत्ययात्रेला जावे लागले, तर आमच्या नाटकाची आठवण हमखास येते. ह्या संदर्भात एक प्रसंग म्हणजे- काही वर्षांपूर्वी मी एकदा दिल्लीच्या विमानतळावर पुण्याच्या विमानाची वाट बघत होतो. विमानाच्या उड्डाणाला विलंब असल्याने सगळे खोळंबलेले होते. त्यामध्ये एक रसिक भेटला. मला बघून त्याने सांगितले की, तो वाराणसीहून वडिलांच्या अस्थिविसर्जन करून पुण्याला परत चालला आहे. त्याने बॅगेमधून महानिर्वाणच्या पहिल्या आवृत्तीची प्रत दाखविली आणि म्हणाला की, ह्या नाटकाने आलेला प्रसंग सहन करण्याचा मार्ग सुकर केला.

नाटक सुरू होऊन इतकी वर्षे झाल्यावरही अद्याप कोणी भेटले की, ह्या

नाटकाच्या आठवणी जागवतात. नाटक जितके नाटककाराचे असते, तितकेच ते सहभागी कलाकारांचे आणि प्रेक्षकांचे होते. काही नाटकांना ते जमते, काहींना नाही जमत.

एक मात्र खरे की, आज वयाची साठी उलटल्यावर आठवणी अधिकच अंतर्मुख करतात. असा ह्या नाटकाचा ३६ वर्षांचा प्रवास आता पुस्तकाच्या पाचव्या आवृत्तीमध्ये सुरू झाला आहे. आता इथून पुढल्या प्रवासात काय दडले असेल, कोण जाणे?

३ जुलै २०१० **सतीश आळेकर**

अंक पहिला

[स्टेजवर मध्यभागी एक चटई अंथरलेली. त्यावर एक जण डोक्यावर चादर घेऊन झोपलेला आहे. एक स्त्री. वय सुमारे ४५, पण देखणी. घर आवरत आहे. म्हणजे आवरत असल्याचा आविर्भाव करत आहे. जो माणूस झोपला आहे, तो तिचा नवरा. उन्हे डोक्यावर आली तरी तो उठलेला नाही, म्हणून ती चिडलेली आहे.]

स्त्री : अहोऽऽ

पुरुष : हं! (कूस बदलतो.)

स्त्री : हं काय? उठा आता.

पुरुष : (अंथरुणातूनच) अंहंऽ

स्त्री : अहो, दिवस आला डोक्यावर! पाणी जाईल आत्ता. उठाऽ

पुरुष : अंहं.

स्त्री : सुट्टीचा दिवस असला म्हणून काय झालं? दिवसभर घोरत का पडणार आहात?

पुरुष : हं.

स्त्री : हं काय? हा काय फाजीलपणा चालवलाय तुम्ही? पारोसे का राहाणार आहात?

पुरुष : नाही.

स्त्री : नाही ना? मग उठा बरं. (पुरुष हालचाल करत नाही.) असं काय करताय? समोरचे बघायला लागलेत, मी अशी का ओरडते सकाळपासून म्हणून. (पुरुष गप्प पडून आहे.) कमाल झाली! लहान मूल बरं तुमच्यापेक्षा. किंचाळत का होईना, पण पट्कन् उठतं सकाळी. तुम्ही अगदी अंत पाहता माणसाचा.

पुरुष : हो.

स्त्री : हो काय?

पुरुष : अंत पाहतोय.

स्त्री : चेष्टा कसली करताय सकाळपासून? उठा आता, नाही तर मी बादली ओतेन पाण्यानं भरलेली.

पुरुष : ओता.

स्त्री : ओता काय? पडून करताय तरी काय अंथरुणात इतका वेळ?

पुरुष : अंत पाहतोय.

स्त्री : काय करताय?

पुरुष : अंत पाहतोय.

स्त्री : डोकं ठिकाणावर आहे ना तुमचं?

पुरुष : पूर्णपणे. तरीही मी तेच करतोय.

स्त्री : काय?

पुरुष : अंत पाहतोय.

स्त्री : होऽऽ. अंत बघाल नाही तर काय! पाहून-पाहून काय पाहणार, माझाच अंत ना? मोठ्या हौसेने पाहाल. नाही तरी माझा कंटाळाच आला असणार. काय राहिलंय माझ्यात? संपेल आता सगळं.

पुरुष : छेऽऽ छे... काय हा गैरसमज! तुझा नव्हे. पाहातो आहे तो माझा अंत.

[स्तब्धता.]

स्त्री : अहो....

पुरुष : हं....

स्त्री : मला एक सांगा- काय दिसतंय तुम्हाला?

पुरुष : कशात?

स्त्री : अंतात.

पुरुष : अंतात?

स्त्री : तुम्ही म्हणालात ना की, मी अंत पाहतोय म्हणून?

पुरुष : बरं, मग पाहतोय...

स्त्री : म्हणजे नक्की काय बघताय? काय दिसतंय तुम्हाला?

पुरुष : मला ना.... एक रस्ता दिसतोय. पावसामुळे... खूप पाऊस पडलाय. म्हणजे बहुधा चेरापुंजीचा रस्ता दिसतोय. खूप शेवाळं माजलंय... हिरवंगार शेवाळं. माझा पाय शेवाळ्यावरून सारखा घसरतोय.

स्त्री : आणि मी तुमचा तोल सावरते आहे...

पुरुष : बोंबलाऽ!

स्त्री : काय झालं?

पुरुष : तू कसला तोल सावरणार माझा? आणि सावरलास, तर तो कसला आलाय माझा अंत? तू मुळीच नाहीयेस. माझ्या अंतानंतर तू इथेच आणि मी एकटाच घसरणार शेवाळ्यावरून.

स्त्री : काही तरीच नका बोलू.

पुरुष : अगं, खरंच मी माझा अंत पाहातोय. नव्हे- नव्हे, मी परलोकवासी झालेलोच आहे. सारं अंग गार पडलंय. श्वास बाहेर चाललाय. फक्त नकळत चाललाय, इतकंच. माणसांचे आवाज ऐकू येत नाहीत. आता तुझ्या आवाजाची इतकी सवय आहे की, पृथ्वीवरच काय पण स्वर्गात गेल्यावरसुद्धा अप्सरांच्या किलकिलाटात तुझा आवाज सुस्पष्ट ऐकू येईल. अप्सरा बिचारी मत्सराने जळेल. खरंच, चेष्टा नाही करत. थोडक्यात म्हणजे, मी मेलेलो आहे.

स्त्री : काय चाललंय काय तुमचं? उठायचं नाही का?

पुरुष : नाही.

स्त्री : का पण?

पुरुष : मला ते शक्य नाही.

स्त्री : का शक्य नाही?

पुरुष : कारण मी अंत पाहातोय.

[स्तब्धता]

स्त्री : ते शक्य नाही.

पुरुष : यात काय अशक्य आहे?

स्त्री : तुम्ही मरणं शक्य नाही.

पुरुष : यात काय अशक्य आहे?

स्त्री : इतक्या लवकर कुठे मला मुक्ती मिळायला!

पुरुष : अगं वेडे, तेच तर सांगतोय मी तुला. तू मुक्त, कारण मी विमुक्त. या जगापासून दूरवर चाललोय. वाट अज्ञाताची आहे. दिसते आहे ती केवळ एक निर्वात पोकळी.

स्त्री : काही तरीच बरळू नका. उठणार आहात की नाही?

पुरुष : अगदी खरोखरच वेडी. ते शक्य नाही. कारण मी जरी उठलो या अंथरुणावरून, तरी तुला माझी फक्त अचेतन कायाच दिसणार. मी उठून बसलेला पाहणे या जन्मी शक्य नाही. त्यातून प्रिये, तुला निदान माझा आवाज तरी ऐकू येतोय. इतरेजनाला तोही ऐकू येणार नाही, दिसणार तो फक्त माझा मृतदेह. म्हणून सांगतो प्रिये, तुझा-माझा प्रवास आता वेगवेगळा. येथवर चालत आणलेल्या संसाररथाचे एक चक्र आज कालगतीत सामावून जात आहे. आता तुलाच कर्ण बनून दुसरे चाक व्हावे लागेल. मला कल्पना आहे होणाऱ्या त्रासाची. एखादा अर्जुन भेटेल, तेव्हाच सुटशील. पण हा यमरूपी अर्जुन भेटेपर्यंत कदाचित पार म्हातारी झाली असशील. आणि सरते शेवटी तू हा मोडका रथ आपल्या एकुलत्या एक चिरंजीवांच्या- नानाच्या स्वाधीन करून माझीच वाट चोखाळणार. म्हणून म्हणतो डार्लिंग, ह्या मृतदेहाला फक्त अंत्यसंस्कार मिळण्याचा अवकाश की- चंद्रावर जाणाऱ्या रॉकेटच्या गतिसमान मला मुक्ती मिळेल.

स्त्री : (रडकुंडीला) तुमची तब्येत बरी आहे ना? असं काय करताय? मात्रा उगाळून देऊ का?

पुरुष : अरेरेऽऽ काय हा विश्वास! केवढी ही ठाम समजूत! इतके बोलून-सुद्धा बिचारीला मी मेल्याची खात्री पटत नाही. आपला तरी काय इलाज आहे? शेजारचे चाळकरी सांगतील, डॉक्टर सांगेल; तेव्हाच ही बया माझ्या नावाने गळा काढणार. पण इथे प्रत्यक्ष तिचा स्वामी, तिच्याबरोबर सप्तपदी चाललेला, कैक वर्षं संसार केलेला, मी तिच्या कुंकवाचा धनी- हिला सांगतोय की, माझा अंत झालेला आहे म्हणून. पण माझ्या जिवंतपणी सोडाच, पण मेल्यावरसुद्धा ही माझ्यावर विश्वास ठेवायला तयार नाही. असो.

स्त्री : काय बोलताय काय तुम्ही?

पुरुष : तुला नाही का ऐकू आलं? अगं वेडे, मी स्वगत बोललो.

स्त्री : स्वगत?

पुरुष : हो, स्वगत. बरं, ते असो. मी मेलोय ह्यावर विश्वास बसत नाही ना तुझा?

स्त्री : नाहीऽ नाहीऽऽ त्रिवार नाहीऽ

[पुरुष उठतो. फक्त कुणी तरी झोपले आहे असे वाटावे अशी शाल करून ठेवतो आणि बाजूला आळस देत उभा राहतो. पण स्त्रीला हे दिसत नाही. तिला तो अजून तेथे झोपला आहे असेच वाटते. पुरुष तिच्यापासून लांब उभा राहतो आणि....]

पुरुष : मग हा घे पुरावा-

(स्त्री दचकते. कारण पुरुषाचा स्पर्श तिला शालीतून होतोय, अशी कल्पना; पण आवाज मात्र भलतीकडून ऐकू येतो. म्हणून ती गोंधळली आहे.)

स्त्री : (शालीला उद्देशून) अहोऽ कुणी तरी आलंय.

पुरुष : (हसतो) अगं, कुणीसुद्धा आलं नाही नि गेलं नाही. मीच आहे, तुझा पतिदेव.

(स्त्री अजून गोंधळलेलीच. तिला नवऱ्याचा स्पर्श एका दिशेला आणि आवाज भलतीकडे, हे कोडे उलगडत नाही.)

स्त्री : अहोऽ उठा नाऽऽ (चादरीला हलवते.)

पुरुष : (हसत) कशी फसलीस! अजून विश्वास बसत नसेल, तर जनतेचे मत घे. हे बघ-

[शिट्टी वाजवतो. त्याबरोबर टक्कल पडलेला एक चाळकरी येतो. त्याला बघून स्त्री उठून उभी राहते. त्या चाळीतील इसमालासुद्धा भाऊराव झोपलेलेच वाटतात.]

चाळीतील माणूस : हे काय- अजून पसरलेत वाटतं भाऊराव? रात्री प्रोग्राम झालेला दिसतोय? किंबहुना, झालाच असावा. असो. पेपर द्या. चैन करा. मुलगा परगावी गेलाय.

(पेपर घेतात आणि जातात.)

पुरुष : पटला विश्वास?

स्त्री : अहो, पण तुम्ही माझ्या हाताला लागताय इथे. पण तुमचा आवाज भलतीकडून कसा येतोय?

पुरुष : कारण मी मुक्त आहे. माझी अचेतन काया इथे पडलेली आहे. माझा आवाज अंतराळमय झालाय. काढ ती शाल आणि बघ माझा मृतदेह.

स्त्री : काही तरी काय! बघा हं?

पुरुष : सांभाळून सावकाश काढ ती शाल. कारण तुझ्यावर एकदम आघात होईल. घेरी आली तर मला कांदा आणावा लागेल. आता तर मी पण बाहेरचा झालोय. कारण मृत माणसाचा स्पर्श, त्याचबरोबर त्याने दिलेला कांदा पण वर्ज्य. शिवाय तुलासुद्धा मला स्पर्श करावा लागणार. त्यातून आपला संसार म्हणजे जिवाशिवाचे मीलन. म्हणून तुझ्या स्पर्शाने माझे मलाच सुतक लागणार! तेव्हा जरा जपून.

[स्त्री चटई जवळ जाते. हलकेच पांघरूण काढते. तिला भाऊराव शांत झोपलेत असेच वाटून त्यांच्या मुखाकडे बघत राहते. पण प्रत्यक्ष भाऊराव मात्र बाजूला उभे राहून गंमत बघत आहेत.]

स्त्री : काय फाजीलपणा चाललाय? (इकडे-तिकडे बघत) मी... मी गुदगुल्या करीन हं तुम्हाला.

भाऊराव : गुदगुल्या? रमा, मला गुदगुल्या करणार! इतक्या सकाळीच? हवा तर अशी मस्त पडलीय की वाटतं, तू खरोखरच गुदगुल्या कराव्यास. आणि एकदा का तू गुदगुल्या केल्यास की, पुढचं सगळं मी रीतीप्रमाणे करेन. अगदी यत्किंचितही कसूर करणार नाही. पण रमा, दैवगतीपुढे काय इलाज? माझ्या देहातून तर प्राण गेलेले. तू गुदगुल्या केल्यास तरी मला गुदगुल्या होणारच, पण मला त्या शब्दात सांगण्याव्यतिरिक्त काहीही करता येणार नाही. गुदगुल्या करतानासुद्धा माझा स्पर्श निर्जीव आणि गार लागणार, हे नाकारता येणार नाही, कारण ही वस्तुस्थिती आहे.

[असे म्हणत भाऊराव पुन्हा चादर पांघरून घेऊन झोपतात. रमा

गुदगुल्या करण्याच्या तयारीत. एवढ्यात चाळीतली दोन माणसे खिडकीतून डोकावत आहेत, अशी कल्पना....]

चाळकरी १: बघा.. बघा... ह्याला म्हणतात प्रेम! दिवस डोक्यावर आला तरी पण ह्यांचा....

चाळकरी २: अगदी तोंड न धुता पहिलाच चहा चाललाय.

[रमा लाजून खिडकी लोटून घेतल्यासारखं करते.]

[शांतता. रमा भाऊरावांना स्पर्श करते. तो थंडगार लागतो, म्हणून घाबरते. गदगदा हलवते. पण भाऊराव उठत नाहीत. फक्त त्यांच्यावर प्रकाश. रमेचा चेहरा कावराबावरा होतो. काय करावं, समजत नाही. हाका मारते, पण भाऊराव उठत नाहीत. एका बाजूला बसते.]

भाऊराव : आवर रमे... सांभाळ. मी समजतो भावना. पण ही खरंच वस्तुस्थिती आहे. आपला नाना पण माझ्याजवळ नाही. तो परगावी गेलेला. इथवर आपण आलो, आता मी जातोय. वाट तुझी एकटीची आहे. नानाला मदतीला घे आणि तुझी वाटचाल पुढे चालू कर. लोक जमले म्हणजे मला तुझं सांत्वन करताना कसं तरीच वाटेल, म्हणून आताच करतोय. शिवाय एकदा का देह जाळला की, सदेह समाचारालासुद्धा येता येणार नाही...

[ठेका सुरू होतो. त्या तालावर रमा रडायला लागते. प्रथम हळू व नंतर मनसोक्त भोकाड पसरते. चाळीत राहणारा एक शेजारी येतो. रमेचा आक्रोश मनःपूर्वक ऐकतो. त्याचा चेहरा आनंदाने फुलून येतो. मोठ्याने आरोळी ठोकतो.]

भाऊरावऽऽ गे...ले...

[हाक घुमत जाते. संगीतमय आक्रोश टिपेला पोचतो. स्टेज उजळते. स्टेज रिकामे. चटई, शाल काढलेली. पेटीचे सूर ऐकू येतात. भाऊराव कीर्तनकाराच्या वेषात प्रवेश करतात. प्रवेश करतानाच पुढील साकी म्हणतात.]

भाऊराव : भरल्या वृक्षावरती जैसे मधुर फल लटकले।
गोळे गोळे मांसाचे हे हाडावरती रचिले।।

भरल्या वृक्षाला महत्त्व येते त्यावर असलेल्या फळांमुळे, तसेच ह्या देहात असलेली हाडे शोभून दिसतात किंवा झाकली जातात ती मांसामुळे, त्यावरच्या त्वचेमुळे. तेव्हा हा हाडामांसाचा सवाल आहे. कारण एकदा का अंत जाहला की... (सूरात) हाडाला महत्त्व येते. त्यांचे चूर्ण पार अस्थिकलशात जाऊन बसते महाराजाऽ आहात कुठे? आता उरला आहे फक्त देह आणि चराचरात व्यापून राहिलेला रामनामाचा जप. कारण त्याच्याच आधाराने आजवरचा प्रवास झालेला आहे. तेव्हा बोला...

राम राम राम राम । सीताराम सीताराम।।

[जप वाढत जातो. चाळीतील माणसे विंगेतून साथ देतात. तबल्याचा ठेका थांबून फक्त पेटीचा सूर लागतो.]

भाऊराव : राजाधिराज रामचंद्र महाराज कीऽऽ

चाळकरी : (विंगेतून) जयऽ!

भाऊराव : आर्यसनातन वैदिक हिंदू धर्म कीऽऽ

चाळकरी : जयऽ!

भाऊराव : तर मंडळी, सांगायचं म्हणजे- अशी रीतीने माझा अंत जाहला. भाऊराव नामे एक सद्‌गृहस्थ भरल्या संसारी किंवा भरल्या ताटावरून उठून गेला. परलोकवासी जाहला.

....(सूरात)... जिवंतपणी यातना बोलून दाखवता येतात. परंतु एकदा का पंचप्राण कुडीतून गेले की, बातच अलाहिदा! यातना फक्त सोसायच्या.

....(सूरात).... बोलून जरी दाखवल्या, तरी कोणास ऐकू जात नाहीत. कारण काय तर, फक्त पंचप्राण नाहीत. भरल्या वृक्षाचे जिवंतपण कशात असते, तर ते... (सूरात)... त्याच्या मुळात आहे. मुळे का एकदा काढून घेतली, किंबहुना- निर्जीव झाली की सबंध वृक्ष उन्मळून पडण्यास कितीसा अवकाश?.... (सूरात).... पण आपले तैसे नाही. तैसे होणे शक्यच नाही. अहोऽ कैसे व्हावे! वृक्ष पडला कुजत, तर कोणी एकत्र येत नाही. पण मानवाच्या देहाला अंत्यसंस्कार लागतो, तो कुणी

तरी द्यावा लागतो. त्यासाठी लोक एका पायावर तयार असतात. म्हटले आहे.... (सूरात).... तूप खाणार त्याला देव देणार... लोक जाळणार तेव्हा आपण जळणार. पुन्हा मेलेल्या माणसाला आत्महत्या वर्ज्य. जर केली, तर लोक म्हणतील- भुताटकी! तेव्हा विषय टाळून मी म्हणतो....(सूरात)....

आधी प्रपंच करावा नेटका। प्रसंगी घालावा कुडता फाटका।।
होई जरी तो तोटका । थंडी वाजे।।

अशी थंडीच काय, पण हिवताप झाला तरी प्रपंच केला पाहिजे. कारण जबरदस्तीने गृहस्थाश्रम स्वीकारलेला असतो आपण. आमच्या घरात राजा-राणीचा सुखाचा संसार चाललेला. हल्लीच्या दिवसांत संसारी कमाई म्हणजे फक्त आमच्या एकुलत्या एका पुत्राची- आमच्या नानाची. अरे, आमचा नाना म्हणजे कसा... (सूरात)

...पुत्र व्हावा ऐसा गुंडा । त्याचा तिन्ही लोकी झेंडा।।

पण आज मोठा कठीण प्रसंग आलेला आहे. संसारचक्र अर्ध्यावर सोडून दिले गेल्यामुळे आमच्या संसाराचा झेंडा अर्ध्यावर उतरलेला आहे. अंत्य समयी योगच असा की, नाना घरात नाही. नाना नाही. नाना घरात नाही.

फक्त आमच्या मंडळी घरात. गेलो तरी खरे वाटेना!

शेवटी (सूरात)... गुदगुल्या केल्या, अंगी काटा आणला.

पण काटा आणून काय उपयोग? मी तर असा मेलेला. जिवंतपणी इतका त्रास, तर मेल्यावर किती? तर तात्पर्य म्हणजे...(सूरात)...

असू आम्ही गृहस्थाश्रमी । स्वप्न वसे अंतर्यामी।।
यत्न चालू असे जंगी । नानास भावंड व्हावे।।

ऐसी हिरवट आशा मनात ठेवून आम्ही प्राण सोडलेला, कारण प्रत्यक्ष यमराज हाती निमंत्रण घेऊन उभा. आम्ही यमराजाला परतवून लावण्याचा आटोकाट प्रयत्न केला, प्रसंगी त्यास गुदगुल्याही केल्या; पण यम हसेना, परतेना. फक्त रेडा हंबरला, तत्क्षणी हृदयात चर्रऽऽ झाले. (पेटीवर उदास सूर) कसले काय

अन् फाटक्यात पाय! रक्तदाब वाढण्याचे निमित्त झाले आणि पहाटे आमचे प्राणोत्क्रमण झालेले आहे. (सूरात)....

मी तर निघून गेलेला
नाना परगावी गेलेला

फक्त मंडळी सान्निध्यात. त्या एक वेळ नसत्या तरी चाललं असतं. नाना असता म्हणजे पुढची व्यवस्था चोख. मंडळी म्हणजे आधी गळा काढणार. मग खूप गळा काढणार. मग बेशुद्ध पडणार. कांदा हुंगल्यावर प्रथेप्रमाणे शुद्धीवर येणार आणि आपण बेशुद्ध पडलो होतो ह्या जाणिवेने पुन्हा घेरी येऊन पडणार. इतक्यात त्यांना कुणी तरी सावरणार.

पण असो. कसेही असले तरी आमचा संसार नेटका, मन लावून चाललेला. हिरवट आशा मनी राहील ऐसी चोख खबरदारी मंडळींनी घेतलेली. पण मी गेल्यावर त्यांचे काय?

आमच्या रमेबद्दल काय सांगावे? पुन्हा स्वतःच्या बायकोचे वर्णन करण्यात पुरुषार्थ तो कसला! पण रमा चाळीत सगळ्यात उजवी. गोरीपान. आणखी काय हवे बरं माणसाला? मी घरी नसताना चाळकरी मंडळी डोकावून जायची. म्हणजे मी आता कायमचा नाहीसा झाल्यावर काय होईल, ह्या कल्पनेने मी बैचेन होत आहे. मला दृश्य दिसते आहे... रमा मधे बसलेली, केस मोकळे सोडलेले.

[क्रमशः अंधारून येते. रमा दिसायला लागते. पांढरे नऊवारी लुगडे नेसलेली. केस मोकळे सोडलेले. मळवट भरलेला. स्टेजवर मध्यभागी उभी राहते. सफरचंद खाते आहे.]

चाळकरी चालून येत आहेत. रमे, माझ्या प्रिये, सावर स्वतःला. सावधानऽऽ [चाळकरी चारी बाजूने जमा होतात. म्हणत आहेत.]

चाळकरी : उदे गं रमे उदे । उदे गं रमे उदे।।
आम्ही सज्जन चाळकरी । आम्ही तुपाशी खाणार पोळी।।
उदे गं रमे० ।
अवचित अघटित घडले नि भाळ पांढरे झाले।

भाळ पांढरे झाले नि विधवा म्हणती सारे।।
उदे गं रमे० ।
सावर गे माये, घराचे कवाड लोटून घेणे।
कवाड लोटून घेणे, परस्था प्रवेशू न देणे।।
उदे गं रमे० ।
येऊ नाही देणे, सदा अंधारात राहणे।
अंधारी राहणे, सदा विधवा म्हणूनी घेणे।।
उदे गं रमे० ।
विधवा म्हणूनी घेणे, आमची सोय जरा पहाणे।
आम्ही सज्जन चाळकरी । आम्ही तुपाशी खाणार पोळी ।।
उदे गं रमे० ।

[चाळकरी गाणे म्हणत दिसनासे होतात. रमाही अंधारात दिसेनाशी होते–]

भाऊराव : तर, अशी अवस्था मनाची झालेली. त्यात नानाची आठवण येत आहे. आमचा नाना मुळातच देखणा आणि हुशार. माझ्या मते, तो आमच्या वळणावर. मंडळींच्या मते, तो त्यांच्या वळणावर. नाना महाविद्यालयात जायला लागला तरी त्याच्या दिसण्याचे वळण ठरत नव्हते. असे. नाना असा उत्कृष्ट क्रीडापटू. आट्यापाट्याच्या सामन्यांसाठी शहरातील एका क्रीडा मंडळाच्या वतीने नाना परगावी गेलेला. अशा ह्या नानाच्या बालपणीच्या बालहट्टाची कथा सांगतो आणि पूर्वरंग संपवतो–

नाना बालपणी हट्ट करावयाचा. हट्ट करण्याची, हट्टाचे कौतुक करण्याची आणि मनाची फसवणूक करून हट्ट पुरा करण्याची आपली फार प्राचीन परंपरा आहे. रामाने चंद्राचा हट्ट धरला, खऱ्या अर्थाने तो आज चंद्रयुगात पूर्ण झाला. पण राममाता कौसल्या विलक्षण कल्पक बुद्धिमत्तेची. तिने चंद्राला बिलोरी आरशातून रामाला नजर केला. रामाचा हट्ट पुरा झाला. रामायणही पुढे पूर्ण झाले. न जाणो, रामाला चंद्र मिळाला नसता तर काय झाले असते! वाल्मीकीला वाळीत टाकला असता, कारण त्याने म्हणे

आधीच रामायण लिहून ठेवले होते. तर, हट्ट पुरा झाला आणि वाल्मीकी वाचला.... (सूरात)... अश्वत्थाम्याची पण तैशीच कहाणी. बिचाऱ्याच्या पदरी तर इतके दारिद्र्य की, मातेने दूध म्हणून पीठ पाण्यातून कालवून दिले. अश्वत्थाम्याने तोंड वेडेवाकडे करीत का होईना, त्याचे प्राशन केले. हल्ली निघालेल्या दुधाच्या पावडरीचे मूळ अशा रीतीने आपणास महाभारतात सापडते. असो. पण आमचा नाना ह्याहीपेक्षा बिलंदर. त्याने रामाचे आणि अश्वत्थामाचे उदाहरण डोळ्यांपुढे ठेवून हट्ट केला. कारण रमेने मोठ्या कौतुकाने त्याच्यावर संस्कार केलेले. तर, एक दिवस....

नाना होतसे कष्टाळू । महाराष्ट्री पडे दुष्काळू।।
त्यात नाना मागे जरदाळू । मति कुंठीत जाहली।।

अशी मती गुंग झालेली. नानाने भोकाड पसरलेले. जरदाळू पाहिजे म्हणतो आहे. राम, अश्वत्थामा आणि आमचा नाना- असा त्रिकोण तयार झालेला. अख्खी चाळ धुंडाळली, पण जरदाळू गवसेना. नानाचे भोकाड थांबेना. तो मी त्यास चिडून पुसीले, 'जरदाळू, जरदाळू म्हणून रडतो आहेस, कधी बापजन्मात जरदाळू बघितला नव्हता का?' तसे तो म्हणे. 'नाही.' रमेनीही दुजोरा दिला की, जरदाळू अद्याप घरी आणला नाही. इतकेच नव्हे, तर नानाने तो पाहिलेला पण नाही. मग काय मंडळी, महाभारत-रामायणाचे संस्कार आपल्यावर. बालमनाची फसवणूक करणे.

सुप्रभाती उठोन । सत्वरी मंडईत जावोन।।
आणिली ती जांभूळ । जरदाळू म्हणूनी।।

अशी जांभळे आणून नानाला दिलेली आहेत. गुलाम खूश होऊन हसतो आहे. त्याचे निरागस हसू अजून स्मरतंय. असा निरागसपणा पुढे कमी होतो आणि आपल्या हसण्याचे हसे होते. तर, अशी ही कथा आमच्या नानाची, मंडळींची- म्हणजे पर्यायाने माझी पण. इतके सांगून ह्या पूर्वरंगाच्या अखेरीस क्षणकाल विसावायचे आणि ईश्वराचे स्मरण करावयाचे. जिवंतपणी तर आपण करतोच, पण परलोकाचा प्रवास सुरू असताना ईशस्मरण अधिक जिवंतपणे

होईल. कारण दुसरे तरी काय करणार? तेव्हा...

म्हणा आता का विलंब । पांडुरंग पांडुरंग।।
सर्व विद्या सर्व कला । पूर्ण आत्मसात केल्या।।
परि नाही ओळखिला । पांडुरंग पांडुरंग।।
सर्व साधु आणि संत । आजवरी झाले मुक्त।।
एकनाथ नामदेव । पांडुरंग पांडुरंग।।

[विठ्ठलाचा गजर होतो. गजर वाढत जाऊन थांबतो. एक चाळकरी येऊन भाऊरावांना हात घालतो. बुक्का लावतो. तबलेवाला, पेटीवाला, सर्वांना बुक्का लावतो व आत निघून जातो.]

भाऊराव : मोठा गंभीर प्रसंग उभा राहिला आहे. चाळकऱ्यांना तर पर्वणीच आहे. माझा देहान्त झालेला. दारी रमा एकटी नि नाना परगावी, अशी योजना झालेली. माझ्यावरचे अंत्यसंस्कार नानाच्या आगमनावर अवलंबून. पण ह्या चाळकऱ्यांनी माझा प्रवास कसा घडवून आणला? वाटेत काय झाले? अडचणी आल्या किंवा काय? कुणास आनंद, कुणास दुःख, कुणास भय, तर कुणी चिंताग्रस्त; पण अंतर्यामी सगळेच तटस्थ. हे सगळे सांगण्यासाठी केला असे ह्या कीर्तनाचा प्रपंच. ह्या सर्व मंडळींनी माझ्या मृत्यूचे केले 'महानिर्वाण', त्याला मी तरी काय करणार? म्हणून लावावे लागते आहे (सूरात) 'आख्यान महानिर्वाण.' बघा- बघा, आमचे चाळकरी बघा... आमच्या मंडळींची समजूत घालून त्यांना आत नेतात. चाळकरी देह जाळण्यात प्रवीण झालेले. ताटी बांधून हातास घट्टे पडलेले. तशातच बरेच दिवसांत आमच्या चाळीत मृत्यू नाही. म्हणून माझ्या मृत्यूची वार्ता ऐकताच तापल्या शिवारात पावसाची सर यावी तसे झाले.

(सूरात) आनंदी आनंद झाला. भाऊराव गेलाऽ भाऊराव गेला... एका सामान्याच्या मृत्यूचे 'महानिर्वाण' झाले. माझ्या देहाच्या शोभायात्रेची तयारी चालली.

[एक वयस्कर चाळकरी एका तरुणाबरोबर प्रवेश करतो.]

चाळकरी : प्रसंग असा आहे की, घाबरून जाणे होते एखादे वेळी. पण

शांतपणे सर्व कार्य पार पाडावयाचे. वहिनींनी पैसे दिले आहेतच. तू सामान आणायला जा. बरोबर माझ्या खोलीतून यादी घेऊन जा. यादीबरहुकूम सामान आणावयाचे. दुकान चोवीस तास उघडे असते. सामान नीट बघून आण. त्यातसुद्धा फसवतात हल्ली. एक लक्षात ठेवायचं- सामान टांग्यातून आणायचं, रिक्षातून नाही. कारण रिक्षात बांबू नीट बसत नाहीत. हातात धरतासुद्धा येत नाहीत. मागे चौगुल्यांची म्हातारी मेली, तेव्हा त्यांच्या पुतण्याने बांबू ऐटीत रिक्षातून आणण्याचा प्रयत्न केला. त्यात बांबू आडवे धरलेन्, रिक्षातून येईपर्यंत पार दांडू झाले त्यांचे! तेव्हा टांगाच बरा. शिवाय टांगेवाल्यांना तेवढीच मदत होते. माठ विकत घेताना मात्र बघून घे. कच्चा भाजलेला किंवा बारीक भोक असलेला चालेल. कारण लवकर फुटतो. शिवाय स्वस्त पण मस्त. मागे आपला दत्तू गेला माठ आणायला. एक नंबरचा व्रात्य. त्याने सिमेंटाचे पाणी भरलेला माठ आणला विकत. त्याचीच आजी मेलेली. दत्तूचे नि बापाचे कधी जन्मात पटले नाही. स्मशानात दत्तूचा बाप घालतोय चकरा चितेभोवती. पण माठ कशाला फुटतोय! शेवटी रखवालदाराकडून बत्ता आणून फोडला माठ!

भाऊराव : असे सल्ले सुरू जाहले. आपल्याकडे गुरू-शिष्यांची परंपरा फार प्राचीन आहे. आपल्याला अवगत असलेल्या कलेचे दान करणे ह्यासारखे दुसरे पुण्य नाही. पुन्हा गुरू म्हणजे कसा, तर निष्काम कर्मयोगी. फळाची अपेक्षा न धरणारा. म्हटलेले आहे-

तेचि जाणावे सज्जन। जया शुद्ध ब्रह्मज्ञान।।
कर्म करिती आवडी । फलाशेसी नाही गोडी।।

तेव्हा चिंत्या पळाला. चिंत्या पळाला, सामान आणावयास गेला. दुसरा स्मशानात पास घेऊन धावणार तोच-

[मघाचाच वयस्कर चाळकरी व दुसरा एक बावळट तरुण प्रवेश करतो.]

चाळकरी : हे बघ, धांदरटपणा करू नकोस. लाकडे वाळकी घाल म्हणावे. ओली वाटल्यास एकूणात अर्धा मण वाढवायची. पण प्राण गेला

तरी गवऱ्यांच्या संख्येत कपात करायची नाही. आलं लक्षात? आणि घासलेटात मापे मारू नका म्हणावे. किमान बिअरच्या सहा बाटल्या भरून तरी हवे घासलेट. त्यास म्हणावे, स्वतःचा बाप मेला समजून देशील तसे सामान दे. त्याचप्रमाणे बोधे भटजींना निरोप सांग. नुसते माझे नाव सांगितले तरी लागलीच धावतील ते. आणि काय वाटेल ते झाले तरी, तू स्मशानात थांब. बावळटासारखा घाबरून परत आलास, तर चाळीत घेणार नाही– सांगून ठेवतोय! आणि गवऱ्या फार होतात म्हणून कमी केल्यास तर बघ. धग कमी होता कामा नये. आपण लवकर मोकळे झालो पाहिजे. नळ जाण्याच्या आता अंघोळी व्हायला हव्यात आपल्या. काय?

[भाऊराव ठसका लागल्यासारखे खोकत प्रवेश करतात, चूळ टाकतात.]

भाऊराव : काय, करणार काय मी? देहान्त झाला रे झाला की, गंगोदक मुखात घालणार. बरं, घालताना तरी नीट काळजी घ्यावी? मेलेला देह म्हणजे झोपलेले मूल. थेंबाथेंबाने गंगोदक सोडायचे. पण कोण सांगणार? देहान्त झाला म्हणून ठसका लागत नाही, असे थोडेच आहे? असो. प्रथेपुढे आपण काय करणार? (सूरात) सर्व तयारी झालेली आहे. सामान आणलेले आहे. चाळकरी तन्मयतेने ताटी बांधण्यात गर्क आहेत. बांधताना म्हणत आहेत–

[पुढील गाणं चाळकरी म्हणतात. हातात रंगीबिरंगी काठ्या आहेत. त्याची ताटी बांधतात. सजवतात. फुगे बांधतात. पताका, झिरमिळ्यांनी ताटी सुशोभित करतात, चाळीतील वयोवृद्ध मार्गदर्शन करतात. अशा रीतीने गाण्याच्या शेवटी रंगीबिरंगी ताटी बांधून स्टेजवर मध्यभागी ठेवलेली असते.]

सर्व : (रंगीत काठ्या फिरवत)

चाळकरी एक तीळ होता, सात जणांत वाटला
एक होता मुडदा, सात जणांनी जाळला.

चाळकरी १: माझी एक कामटी

चाळकरी २: माझी एक कामटी
सर्व : ह्याची एक कामटी
चाळकरी त्याची एक कामटी
वयस्क : अहो, सात झाल्या कामट्या
चाळकरी दोन आणले बांबू
सर्व : अर्धवट जळले तर
चाळकरी आकाशदिवे करू
सर्व : बांधा रे बांधा, ताटी बांधा
चाळकरी ताणून बांधा रे, येईल वांधा
बांधा रे बांधा, ताटी बांधा
घट्ट बांधा रे, येईल वांधा
वयस्क : कडबा रे कडबा, कडबा आणा
चाळकरी दोन तीन चार वार, वस्त्र आणा
[सर्व चाळकरी वरील दोन ओळी पुन्हा म्हणतात.]
बावळट : सुतळीचा अहो झाला गुंता
तरुण
सर्व : बावळट येडपट खुळचट चट
चाळकरी बावळट येडपट खुळचट चट
सर्व : गुंता सोडवा, अहो कापून काढा
चाळकरी
वयस्क : पण मुडदा मात्र घट्ट बांधा
चाळकरी
सर्व : हे बांधा रे बांधा, ताटी बांधा
चाळकरी ताणून धरा रे, येईल वांधा
[सर्व जण बांधलेली ताटी मध्यभागी ठेवतात व रंगीत दोऱ्यांनी वेढे घ्यायला सुरवात करतात.]
चाळकरी १: हा माझा वेढा रे
सर्व : गेला डोईवरून गेला रे
चाळकरी

चाळकरी २: हा माझा वेढा रे
सर्व : छातीवरून जाई रे
चाळकरी
चाळकरी ३: हा माझा वेढा रे
सर्व : पोटावरून जाई रे
चाळकरी
सर्व : पोटावरून जाई रे
चाळकरी मांडीवरून जाई रे
पायावरून जाई रे
बेचक्यातून जाई रे
बांधली रे बांधली, ताटी बांधली
ताणून बांधली रे, घट्ट बांधली
[पुढील ओळी म्हणत असताना ताटी फुग्यांनी वगैरे सुभोभित केली जाते.]
सर्व : एक तीळ होता, सात जणांत वाटला
चाळकरी डिबाडी डिंगपाँग डिंगपाँग डिंगपाँग
एक होता मुडदा, सात जणांनी जाळला
डिबाडी डिंगपाँग डिडीबाडी डिंगपाँग
[ताटीभोवती काही क्षण गाणे म्हणत फेर धरतात व नंतर विंगेत निघून जातात.]

भाऊराव : (सूरात) ताटी बांधलेली आहे, नव्हे– नव्हे, करकचून आवळलेली आहे. एक वेढा जबड्यातून गेल्यामुळे माझी जीभ कापलेली... (ठसका लागतो. विंगेत जाऊन थुंकून येतात.) एक वेळ जीभ कापलेली परवडली, तुळशीपत्राने सारखी ओकारी आल्यासारखे वाटते. आता आम्ही गेलेली माणसं. ठसका ऐकू येत नाही म्हणून बरंय. समजा, असा मेलेल्याचा ठसका किंवा ओकारी ऐकू येत असती आणि माझ्याऐवजी एखादी अविवाहित तरुणी मेली असती, तर लोकांनी तिच्या कोरड्या ओकाऱ्या ऐकून नैसर्गिक मृत्यूची आत्महत्या ठरवली असती! ताटी आमची तयार आहे, पण नाना

नाही. कधी नव्हेत आमचे प्राण जावेत आणि आमचे चिरंजीव घरी नसावेत, ह्यासारखा दुःखद प्रसंग नाही. देह परलोकाच्या प्रवासास निघालेला. त्याकरता देह हा जाळला पाहिजे. पण ते होणे नाही, कारण नाना नाही. सगळे जण त्याची वाट बघताहेत. नाना आट्यापाट्याच्या सामन्यास परगावी गेलेला. त्याला ह्याची कल्पना नाही.

[चाळकरी ताटीभोवती बसून गप्पा मारत आहेत.]

चाळकरी १: काय, कळलं का नाही?

चाळकरी२ : नानाचं ना?

चाळकरी ३: हं.

चाळकरी २: नाही, अजून नाही. आट्यापाट्याचे सामने नक्की कोणत्या गावी आयोजित केले आहेत, ह्यावर अजून एकमत होत नाहीये. नानाच्या आईला पण नक्की माहीत नाही.

चाळकरी ३: मला वाटतं, गाणगापूरला असतील.

चाळकरी ४: नाही हो, गेल्याच वर्षी नाही का झाले सामने गाणगापूरला? मला वाटतं, सोलापूरला असतील.

चाळकरी ५: बघा, बघा- तुम्ही तिकडचे, म्हणजे सामने काय सोलापूरलाच होतात? अवघा महाराष्ट्र उघडा पडलाय की! सारखं आपलं सोलापूर-सोलापूर चाललंय.

चाळकरी : हे बघा, चेष्टा करू नका. पण बालपण घालवलंय मी सोलापुरात. तुम्हाला काय आस्था वाटणार? तुम्ही फक्त सोलापुरी चादर पांघरणार.

चाळकरी ५: मुळीच नाही. दोनदा आणल्या आणि धस लागून गेल्या. जसं पेरावं तसं उगवतं.

चाळकरी १: मला वाटतं, आपण भाऊरावांच्या अंत्ययात्रेसाठी जमलो आहोत.

चाळकरी ४: हो. पण प्रत्येक वेळी चेष्टा कोण ऐकून घेईल? निदान आज तरी नको. भाऊरावांना काय वाटेल? ते गेले तेव्हा त्यांनीसुद्धा सोलापुरी चादर पांघरली होती.

चाळकरी १: मग ती तुम्ही घरी आठवण म्हणून का नेणार आहात?

चाळकरी ५: न्या, न्याऽ अगदी प्रेताच्या टाळूवरचे लोणी खा!

चाळकरी ६: (प्रवेश करत) फार महाग झालंय हो अलीकडे.

चाळकरी ५: काय महाग झालंय?

चाळकरी ६: लोणी. चांगलं मिळतच नाही हल्ली.

चाळकरी ५: नाही, मी टाळूवरचे लोणी असे म्हणतोय. तुम्ही अगदी नुकतीच टाळू भरल्यासारखं करताय.

चाळकरी ६: हे बघा, माझी टाळू काढायचं काम नाही.

चाळकरी ४: बघा ना, मघाशी ह्यांनी माझं सोलापूर काढलं; आता तुमची टाळू काढताहेत.

चाळकरी५: अहो, टाळू काढत नाहीत, ती भरतात.

चाळकरी१: हे बघा, भांडू नका. नाना येऊ देत, तोपर्यंत दम धरा. भाऊरावांना अगदी मनसोक्त अग्नी मिळाला पाहिजे. (सगळे निघून जातात.) [एक चाळकरी प्रवेश करतो. हातात शिडी असते, ती विंगेला टेकून उभी करतो. त्यावर चढतो. गळ्यातील पिशवी काढतो. त्यात दुर्बीण असते. तिच्यातून बघत बसतो.]

चाळकरी १: (शिडीवरील माणसास) काय, आला ना नाना?

शिडीवरील माणूस : नाना दिसला की कळवेनच. (पुन्हा दुर्बिणीतून बघायला लागतो.)

चाळकरी१ : (आत निघून जातो.)

भाऊराव : म्हटलेले आहे-

प्रेते जळणे जाळणे । अवघे पुण्य संचय करणे।।
प्रसंगी घासलेट ओतणे । मनसोक्त ते जाळणे ।।

अशा मनसोक्त जळण्यातला आनंद काय वर्णावा महाराजा! त्याकरता मरून बघावे.

जसे घर पाहावे बांधून
लग्न पाहावे करून
तसे जळून बघावे मरून

अहोऽऽ- (सूरात)

जळण्याकरता मरावे । मेल्यावरी जाळावे ।।

सत्वरी उरकणे । यातना कमी ।।

अशा यातना कमी करण्यासाठी तरी लवकर जाळावे. पण मनाला ते पटत नाही. न जळता भूत होऊन मानगुटी बसणे म्हणजे पोटभाडेकरू ठेवण्यासारखे, म्हणून ते टाळावे. तेव्हा इकडे काय झाले, ताटी बांधून तयार आणि सर्व जण (सूरात)...

नानाच्या आगमनावरती सगळे अवलंबित।

विरंगुळा म्हणून बसले भेंड्या हो लावीत।।

[स्टेजवर मध्यभागी ताटी ठेवलेली. एका बाजूला शिडीवर माणूस उभा. तो तसाच आहे. आता चाळकरी गाण्याच्या भेंड्या खेळतात. दोन गट करून ताटीच्या दोन्ही बाजूला बसतात. दोन्ही गटांचा एकेक म्होरक्या. ऑर्केस्ट्रा कंडक्टरच्या थाटात उभा असतो.]

डाव्या : दिगंबरा रे दिगंबरा।

बाजूचा गट श्रीपाद वल्लभ दिगंबरा।।

उजव्या : राधा कृष्ण जय कुंजविहारी।

बाजूचा गट मुरलीधर गोवर्धनधारी।।

डाव्या : रघुपति राघव राजाराम।

बाजूचा गट पतित पावन सीताराम।।

उजव्या : मुकुंद मोहन प्रभो जनार्दन।

बाजूचा गट सुभक्त पालन जय जय जय।।

डाव्या : येगा येगा पांडुरंगा घेई उचलूनिवो संगा।

बाजूचा गट ऐसी असोनिया वेशी दिसतो मी परदेशी।।

उजव्या : सद्‌गदित कंठ दाटो। येणे फुटो हृदय।।

बाजूचा गट चिंतनाचा एक लाहो । तुमच्या अहो विठ्ठला।।

[विठ्ठलऽ विठ्ठलऽ विठ्ठलऽ विठ्ठलऽ जय हरी विठ्ठलऽ हा घोष वाढत जातो. शिडीवरचा माणूस घाईघाईने खाली उतरतो. त्याच्या डोळ्यांत पाणी. चेहरा आनंदाने फुललेला. लोकांना काही तरी सांगण्याचा प्रयत्न करतो, पण कुणी ऐकत नाही. शेवटी तोंडात बोट घालून कर्कश शीळ घालतो. सगळे जण स्तब्ध होतात. क्षणभर स्तब्धता. सगळे शिडीवरच्या माणसाकडे बघतात.

तबल्याच्या ठेक्यावर तो माणूस पुढील ओळी म्हणतो.]

शिडीवरचा : नाना आला रे, नाना आला रेऽ

माणूस नाना आमचा लांबून आला, नाना आला रेऽ

[सगळे जण तबल्याचा ठेका पकडून नाचायला लागतात. चेहरे आनंदित. एकमेकाला बजावीत पुढील ओळी म्हणत आहेत.]

सगळे : नाना आला रे, नाना आला रे ।

चाळकरी नाना आमचा लांबून आला, नाना आला रे ।

आट्यापाट्या रे, आट्यापाट्या रे।

आट्यापाट्या खेळून दमला, नाना आला रे।

[वरील ताल वाढत जातो. एकदम थांबतो. नाना धावत प्रवेश करतो. तरुण, देखणा. सुती पण आकर्षक कपडे घातलेले. तो आलेला बघताच सगळे त्याला वेढून त्याचे सांत्वन करू बघतात. त्याच्या अंगाशी झटतात. काय चाललंय त्याला समजत नाही. त्यांनी बाजूला सारून तो पुढे येतो, तोच त्याला ताटी दिसते. काही क्षण स्तब्धता. पाश्चात्त्य सुरावटीच्या गोंधळात पुन्हा सगळे चाळकरी त्याच्या अंगावर धावतात आणि मग नाना संगीताच्या तालावर चक्क एकेकाशी आट्यापाट्या खेळायला लागतो. एक चाळकरी ओलांडला की, दुसरा चाळकरी येऊन आट्यापाट्या खेळत त्याचे सांत्वन करतो. असे ४-५ चाळकरी त्याच्याशी आट्यापाट्या खेळत सांत्वन करतात. सांत्वन करण्याची वाक्ये-]

चाळकरी१: कठीण प्रसंग आहे. काय करावे, समजत नाही. पण मार्ग काढला पाहिजे. जग हे असेच आहे बाबा. कुणाला असे दान पडायचेच, पण आपण खेळत राहिले पाहिजे.

चाळकरी२: म्हणजे, काहीच कल्पना नाही. भाऊरावांची तब्येत ठणठणीत. पण मग एकदम असे व्हावे, हे आपले दुर्दैव. दुसरं काय? पण तू आवर स्वतःला. मोठ्या कसोटीचा क्षण आहे.

चाळकरी३: काय झालं रे हे नानाऽऽ असं कसं झालंऽऽ यमाने हेच घर कसं निवडलं?

चाळकरी४: (भावनातिरेकाने नुसताच नानाऽऽ नाऽनाऽऽ असा टाहो फोडत

आट्यापाट्या खेळतो.)

भाऊराव : तर, अशा रीतीने आमच्या नानाच्या क्रीडाकौशल्याचा खरा उपयोग मी गेल्यावर झाला. अखेर ती वेळ आली. नानाची आणि आमच्या मंडळींची भेट. मोठा अविस्मरणीय प्रसंग. म्हटलेले आहे– (सूरात)

नेत्री जळी वाहो सदा। आनंदाचे रोमांच।।
तुका म्हणे कृपादान । इच्छी मन हे जोडी ।।

[नानाची आई रमा कोपऱ्यात हुंदके देताना दिसते. नाना प्रवेश करतो.]

आई : नाना...

नाना : कधी झालं?

आई : आज पहाटे.

नाना : मग अजून का नेलं नाही?

आई : तुझ्यासाठी थांबलेत.

नाना : का?

आई : का काय? अग्नी कोण देणार?

भाऊराव : अग्निनारायणाचे माहात्म्य महान आहे. तो स्पर्श करू जाता भाजतो. विझविल्यावर पुन्हा पेटवताना नाकी दम आणतो. गेल्यावर योग्य व्यक्तीऐवजी तिऱ्हाइताने जर अग्नीला उत्तेजन दिले, तर काय मंडळी? समजा, नाना आला नसता आणि दुसऱ्या तरुणाने जर अग्नी दिला असता... तर?

[काही बायका भाजी निवडीत आहेत. बायका चाळीत राहणाऱ्या असतात.]

बाई १ : खूप वेळ वाट पाहिली नानाची. शेवटी जोश्यांच्या बंडूनी दिला अग्नी. सारखा म्हणायचा– मी देतो अग्नी, मी देतो अग्नी म्हणून.

बाई २ : पण नानाच्या आईला कसं चाललं?

बाई १ : न चालून सांगेल कुणाला? सगळ्या चाळीला माहितीय, जोश्यांच्या बंडूचा तोंडावळा हुबेहूब भाऊरावांसारखा आहे म्हणून.

भाऊराव : अग्निनारायणाशी भलत्या माणसाने लगट केली, तर प्रचंड संशय

निर्माण होतो. पण जनरीत ही अशीच असते. तसे जोश्यांच्या बंडूकडे आमचे जाणे-येणे होते. कारण बंडूचे वडील पूर्वीच वारलेले. पण असा संबंध म्हणजे काही तरीच. पण आम्ही स्वतःच म्हटलेले होते की-

असू आम्ही गृहस्थाश्रमी । स्वप्न वसे अंतर्यामी।।
यत्न चालू असे जंगी। नानास भावंड व्हावे।।

तसा आमचा आणि जोश्यांच्या बंडूचा दुरान्वयेही संबंध नाही, ह्याची ग्वाही मी आपणाला देतो. देवाशपथ खरे सांगेन. प्राण गेल्यावर तर नक्कीच सांगेन. कारण मी विमुक्त. मला भीती-लोभ नाही. इच्छा नाही, आकांक्षा नाही. फक्त घडलेले सांगण्याची इच्छा आहे. एवढी एकच वाटली तर, अखेरची इच्छा आहे. तेव्हा सत्य तेच बोलेन, खोटे बोलणार नाही. बंडूची आई माझी मैत्रीण होती, ह्या पलीकडे कसलाही संबंध नाही.

अरेरे! खरोखर काय दैवदुर्विलास आहे पाहा. फक्त गैरसोय टाळावी म्हणून जर बंडूनं अग्नी दिला असता, तर कोण हा गहजब! काय हे अकलेचे तारे! देवाऽ पांडुरंगाऽऽ मला जाळायच्या आत हे, तर स्वर्गात गेल्यावर इकडे काय होईल?

पण तसे मनातून वाटत असेतच की, झाल्या रमा आणि बंडूची आई सवती-सवती, तर बिघडलं कुठे? अप्रत्यक्षरीत्या प्रत्यक्ष होणे हेच शेवटी खरं. मनाचे खेळ खेळले तर चालतात. मग रमाच कधी बंडूची आई समजायची आणि गृहस्थाश्रमाचे प्रथम कर्तव्य पार पाडावयाचे. पण जनरीतीपुढे कोण काय बोलणार? वाईट विचार मनात आणले तर ते चांगले आणि स्पष्ट बोलले तर ते विकृत. म्हणून आपण आपले मनातल्या मनात म्हणत राहावयाचे-

धरिल्या देहाचे सार्थक करीन । आनंदे भरीन तिन्ही लोक।।

तेव्हा मंडळी, आमच्या मंडळींची आणि नानाची भेट होते आहे आणि नाना विचारतो आहे, का थांबलात? आई म्हणते- तुझ्यासाठी रे बाबा, फक्त तुझ्यासाठी थांबलेत सगळे. माऊलींची

इच्छा ही की, नानाने अग्नी द्यावा. पण नाना म्हणतो आहे–

नाना : उगीच थांबलात.

आई : का?

नाना : का काय? देह खराब झाला म्हणजे?

आई : अंऽ?

नाना : फार वेळ मृतदेह ठेवू नये. निदान बर्फ तरी आणून ठेवायचा.

आई : खरंच की! लक्षातच नाही.

[पेटीवर करुण स्वर]

भाऊराव : (उच्च स्वरात)

जाळा जाळा, लवकर न्या हो, सरणावरती चढवा।
विलंब करुनी, देह सुशोभित दुर्गंधित का करता।।

लवकर न्याऽऽ मला लवकर न्या. नानाचे तरी ऐका! मी खराब होईन हो. माशा घोंघावू लागल्या आहेत. इतका वेळा कुणाचेच लक्ष नाही. नाना आलाय, आता तरी मला न्या. त्या ताटीचा मान राखा. अंग सगळं आंबून गेलंय... कधी राख होईल, असं झालंय मला. मला खराब होऊन देऊ नका. अरे, निदान बर्फ तरी आणायचा. फार तर मेल्या देहाला हुडहुडी भरली असती, पण माश्या आल्या नसत्या. शिवाय मरण ताजं राहिलं असतं. का असा माझा दुसरा अंत बघताय? आख्यान सुरू केलंय, त्यात खोटी करू नका. मला गती द्या, मला वेग द्या. एकदा राख झाल्यावर तुम्ही आणि ही मंडळी बघून घ्या. इथपर्यंत मंडळी थांबली आहेत. त्यांना त्रास होईल म्हणून तरी मला खराब करू नका. उचलाऽ उचला मला–

[सर्व मंडळी जमतात. पेटीवर करुण सूर. दोघे जण नानाला बळेच ओढून आणतात.]

एक जण नानास : (मडके हाती देत) हंऽ घे हे. आता पुढे चालायचे. मागे वळून बघायचे नाही. चला–

सगळे जण : उचला रे उचला, ताटी उचलाऽऽ

[सर्व जण ताटी उचलतात. ताटी स्टेजभर फिरते. मंडळी खांदा

बदलण्यासाठी सारखी झटत असतात. नाना कंटाळून मागे बघायला लागला की, त्याला धरून चालणारा हाताने त्याचे डोके सरळ करतो. ताटी दिसेनाशी होते.]

भाऊराव : झाले, अखेर मला गती मिळाली. आता सद्‌गती लवकरच मिळेल. स्मशान म्हणजे घरापासून थोडे चालावे लागते. आणि स्मशान दिसायला लागल्यावर रांगेतून नंबर आल्यावर दुधाच्या बाटल्या मिळाव्यात तसे झाले. तर, ताटी स्मशानाच्या दारी थबकलेली आहे. नाना उभा आहे. नाना का बरे थांबला? स्मशानी तर रहदारी फारच कमी. मग नाना का थबकला ह्याची चर्चा सुरू.

चाळकरी१ : (नानास) असं काय बरं नाना? आता थोडक्यावर आलंय. चल बरं पुढे. शहाणा ना तू? चल. आत जाऊन पटकन् अग्नी दिला की आपण मोकळे!

नाना : हो, अग्नी दिला की मी मोकळा होईन.

चाळकरी१ : होशील ना? मग चल बरं पुढे.
फार वेळ तिष्ठत ठेवू नये देहाला. भाऊरावांनाही ते आवडणार नाही.

नाना : मला ते समजतंय. पण मी पुढे जाऊ शकणार नाही.

चाळकरी१ : का बरं?

नाना : कारण ती पाटी वाचा. शिवाय समोरच्या दाराला तुमच्या डोक्याएवढं कुलूप आहे.

चाळकरी१ : खरं की काय? अरे, आपला हा– कुठे गेला? (असे म्हणत विंगेत जातो. आणि परत येताना पुढे जो बावळट माणूस स्मशानात पास घेऊन पाठवलेला असतो, त्याला बखोटीला धरून आणतो.)
झोपतोस गाढवा? स्मशानात झोपतोस? कुठाय सामान?

बाव. चाळ.: रागावू नका. वखार जागेवर नाही.

चाळकरी१ : काय मोसंबी ढोसलीय काय? वखार जागेवर नाही म्हणे.

बाव.चाळ.: अहो, खरंच घोटाळा झालाय. आपल्या अज्ञानाचे प्रायश्चित्त आपल्याला मिळालंय हे. ही नोटीस वाचा–(चाळकरी नोटीस घेऊन वाचतो.)

चाळकरी १: बोंबला! घात झाला.

(सगळे काय झालं, अशी गडबड सुरू करतात. चाळकरी त्यांना शांत करतो.)

सांगतो, सांगतो. ‘येथील स्मशान महानगरपालिकेने काल मध्यरात्रीपासून बंद केलेले आहे. ही जागा आता खासगी मालकीची झाली असून पूर्वी ज्यांना ही पेशवाईमध्ये इनाम मिळाली होती, त्यांना परत करण्यात येत आहे. सबब, येथे मृत देह जाळता येणार नाही. नागरिकांचे ह्या जागेवरचे प्रेम लक्षात घेता, हा बदल कोणतीही पूर्वसूचना न देता करण्यात येत आहे. जागेतील निम्म्या भागात लवकरच रस्त्याचे बांधकाम सुरू होईल. निम्मा भाग मालकाला परत मिळेल.

‘नागरिकांना मृतदेह जाळता यावेत, म्हणून महानगरपालिकेने गावापासून लांब एक अत्याधुनिक स्मशान सुरू केले असून त्याचे लवकरच रीतसर उद्‌घाटन होईल.

‘अत्याधुनिक स्मशानभूमीत प्रेते सरपणावर न जाळता विद्युतभट्टीत जाळण्याची सोय केली आहे. अर्थातच, सरणाची ही सोय नागरिकांना कंटाळा येईपर्यंत चालू राहणार आहेच. भट्टीत देह टाकला की, सुमारे २५ मिनिटांत नागरिकांस अस्थी गोळा करता येतील. अस्थी गोळा करण्यासाठी प्लॅस्टिकच्या पिशव्या मोफत पुरविण्यात येतील. स्मशानाभोवती आकर्षक बाग केली असून, उपाध्यायमंडळींना क्वार्टर्सची सोय आहे.’

नाना : मला एक...

चाळकरी : मधे बोलू नको रे...

‘तर अशा या सुंदर स्मशानी उपाहारगृह काढण्याची योजना असून लवकरच मोहोरबंद टेंडरे मागविण्यात येतील आणि कॅफे टेरिया सुरू होईल.’

म्हणजे अगदी बघायला नको! अग्नी द्यायचा आणि कॉफी पीत कवटी फुटायची वाट बघत बसायचं.

[वाऽ वाऽ करत सगळे नव्या स्मशानाची चर्चा करायला लागतात. नाना कोपऱ्यात एकटा बसलेला. त्याला कोणी विचारत नाही.]

भाऊराव : प्रसंगाला अनपेक्षित कलाटणी मिळालेली. आता माझा देह खराब नक्की होणार आहे, तो व्हावा. कारण त्याने जी दुर्गंधी सुटेल, त्यामुळे तरी मला मुक्ती मिळेल. तर -

स्मशान हलले हलले, दूर निघोनि गेले ।

एक देह हा तळमळत पडे, स्वारस्य निघोनी गेले।।

देह जाळण्यातले स्वारस्य संपलेले आहे. महानगरपालिकेने पूर्व-कल्पना तरी द्यायची, म्हणजे मी नव्या जागेत जळण्याची पूर्वतयारी केली असती. पण माझे मन इथेच गुंतले आहे. मला इथेच जाळा. माझ्याकडे लक्ष द्या. तुमचे अनेक नातेवाईक मी वाहून नेलेत. आता माझ्यावर अन्याय करू नका.

[चाळकऱ्यांची वाढती चर्चा.]

चाळकरी १ : मग?

चाळकरी २ : मग काय? बोलवा गाडी आणि हलवा तिकडे.

[एकेक जण नानाला पुढील वाक्य परत-परत सांगतात. आणि कटतात.]

- नाना, तू इथेच थांब. मागे वळून पाहू नकोस. आम्ही गाडी घेऊन येतो.

[सगळे निघून गेलेले, फक्त नाना आणि भाऊ उरतात. भाऊंना खोकला येतो. नानाला प्रथम वाटतं, भासच झाला. धीर करून मागे बघतो. भाऊ खूण करत असतात. नाना भीत-भीत जातो. खिशातील ब्लेडने ताटी मोकळी करण्याचा आविर्भाव करतो. भाऊ ओळोखे-पिळोखे देत उठून बसतात. एकदम म्हणतात]

भाऊ : कोण आहे रे तिकडे? आम्हाला पाजाऽ सोमरस पाजा! इंद्र कुठाय? तिलोत्तमेला पाठवा. रंभेला उद्या पाठवा. अजून जोश्यांच्या बंडूची आई कशी आली नाही?

नाना : अहो, असं काय करताय? तुम्ही मेलात ना?

भाऊ : नाही. आम्ही स्वर्गात आलोय, तरी आमचा वास आम्हालाच येतोय. अरे, जन्नते फिरदोशचा फाया आमच्या कानात ठेवा.

नाना : भाऊ, तुम्ही मेलेले आहात.

भाऊ : इंद्राला बोलवा, यमाला मेमो पाठवा. भरल्या संसारातून उठवतो, म्हणजे काय?

नाना : कसला मेमो भाऊ? तुम्ही जिवंत नाही. लोक घाबरतील तुम्हाला. तुम्हाला अजून अग्नी दिलेला नाही.
[स्तब्धता]

भाऊ : कुणीच दिसेना आसपास म्हणून मला वाटलं, अग्नीच दिला आणि स्वर्ग आला!

नाना : अजून गाडी आली नाही.

भाऊ : ती येणार नाही. सगळे जण चाळीत अंघोळ करत असतील. ह्या लोकांना मी चांगला ओळखतो. अरे, मी पण त्यांच्यातलाच.

नाना : चला.

भाऊ : कुठे?

नाना : नव्या स्मशानात.

भाऊ : मी येणार नाही. नव्या स्मशानात जळणार नाही. जळीन तर येथेच जळीन, नाही तर सडून जाईन!

नाना : असं काय करताय भाऊ? येथे जाळण्यास मनाई आहे. तुम्ही सडत चाललात भाऊ.

भाऊ : आपण जळणार नाही, काय वाटेल ते झालं तरी.

नाना : चलता की नाही?
[नाना जबरदस्ती करू बघतो. भाऊ हुलकावण्या देतात. शेवटी नाना भाऊंना घट्ट पकडतो. उचलतो. पण ते जड झालेत. शेवटी कळवळून म्हणतो.]
जाळाऽ जाळाऽऽ माझ्या जड झालेल्या बापाला कुणी तरी पेटवा, त्याची कवटी काळीचारला फुटू द्या. मला सोडवाऽऽ कुणी तरी याऽ मला मदत करा. काहीच जर जमत नसेल, तर निदान पहिल्या अंकाचा पडदा तरी टाका.
[मृदंगाचा ठेका सुरू होतो – पडदा पडतो.]

अंक दुसरा

[पडदा वर जातो. स्टेजवर अंधार. तंबोऱ्याचे झंकार कानी पडतात. एखादी पणती लावलेली दिसते. नानाच्या चेहऱ्यावर प्रकाश येतो. पुढील ओळी म्हणत आहे.]

नाना : दुरितांचे तिमिर जावो । विश्व स्वधर्म सूर्ये पाहो ।।
जो जे वांछिल तो ते लाहो। प्राणिजात।।

[भाऊ एक तान घेतात. तानेबरोबर त्यांच्या चेहऱ्यावर प्रकाश येतो. ते म्हणत असतात.]

भाऊ : तिसरी घंटा झाली आहे । स्थानापन्न नीट होणे।।
निर्वाण ज्याचे महान ठरले। कथा त्याची सांगताहे ।।

[भाऊंवरचा प्रकाश जातो. रंगमंच उजळायला सुरुवात होते. फक्त नाना मध्यभागी उभा आहे. केस-दाढी वाढलेली. चुरगळलेले कपडे घातलेले. नाना म्हणत असतो.]

नाना : भाऊंचा मी घेतला वसा।
जैसा हाती पकडला ससा।
भीती वाटे।।

[कोपऱ्यात नानाची आई रमा हुंदके देत बसलेली. केस मोकळे सोडलेले. जवळच फक्त एक पणती लावलेली. उघडा गळा. कुंकू नाही. नानाची आई जास्तच देखणी दिसते आहे.]

भाऊ गेले. भाऊंचा हा असा वसा मला अंडरपँटीसारखा फिट्ट बसला. तरी बारीक भीती वाटते आहे. पणती तेवत आहे. गेले दहा दिवस नियमित तेल घातले जात आहे- पण हिचे हुंदके एका आकड्याने कमी नाहीत. दर दोन सेकंदांना एक हुंदका चालू आहे. डोळ्याला उसंत नाही. गेले दहा दिवस अव्याहत वाहत आहेत.

असं काय बरं आई? इतके दिवस त्रास करून घेते आहेस... अगं, जरा तब्येतीकडे लक्ष दे. दोन-चार पौडांनी वजन- सुद्धा घटलं असेल तुझं. तरीसुद्धा शोक आवरत नाही ना! आज दहा दिवस झाले, घरी अग्नी पेटला नाही. अपवाद फक्त पणतीचा. समोरच्या हॉटेलवर किंवा शेजारी घालत असलेल्या वाढण्यावर आपण दिवस काढले. तेव्हा शोक आवर आणि कामाला लाग. अगं, आज दहावा. नवव्यानंतर येणारा आणि भाऊंना सद्‌गती देणारा आज दहावा. आज पिंडदानाचा दिवस, तेव्हा ऊठ आणि भात टाक.

[आई पुन्हा मोठ्याने भोकाड पसरते. नाना चिडतो.]

एऽ गप ए च्यायला, फारच झालं. गोडीनं वागून उपयोग नाही. गप्ऽ गप् म्हणतो ना? जा, भात टाक आणि मला पटापटा पिंड करून दे. मला स्मशानात जायचे आहे. तांदूळ चांगला बासमती घ्या. साली, चैन करू देत भाऊंना. त्यातून ते जुने स्मशान बंद. बोंबलत नव्या स्मशानात अनवाणी जावं लागणार.

[आई पुन्हा रडते.]

अरेरेऽ! काय करावे बरे? गोडीने सांगून पाहिले, रागावून बघितले; पण मातोश्रींवर परिणाम नाही. अंक सुरू होऊन इतका वेळ झाला, मी एकटा बडबडतो आहे. असं वाटतं की, सरळ जावं विंगेत निघून, ते येऊच नाही. पण नाही, आपल्याला असं जिवंतपणी अदृश्य होता येत नाही. आपण वाऱ्याबरोबर उडून जात नाही आणि भाऊंचा वसा-

[भाऊंची तान विंगेतून ऐकू येते. फक्त नानावर प्रकाश. नाना म्हणतो आहे.]

भाऊंचा मी घेतला वसा। जैसा हाती पकडला ससा।। भीती वाटे।। भाऊंचा वसा शिशासारखा पायांत बसलाय. कसला उडून जातो मी! थोडक्यात म्हणजे, माझ्यावर जबाबदारी पडलीय. पडलीय म्हणजे, अगदी धाड्‌कन पडलीय. भूलभुलैयात सापडलेल्या माकडागत झालंय माझं. असो. तर, भाऊंचे आख्यान मला पुढे सुरू करावे लागते आहे. ही भाषा वेगळी असेल, तरी आख्यान तेच- 'महानिर्वाण'.

भावना दाटून आल्या आहेत आणि हे मी आईला उद्देशून बोलतो आहे. मोकळी वाट फक्त हुंदक्यांनी होत आहे. पण परंपरा स्वरांची आहे. ह्या घराण्याची भावना स्वरातून व्यक्त झाली पाहिजे. एवीतेवी आख्यान लावलेच आहे, आई रडते आहे; तेव्हा घ्या म्हणून–

माझ्या काळजाची तार कुणी छेडिली ।
कशी नशिबानी थट्टा आज मांडिली ।।
कुण्या गावी होता एक, 'भाऊ' म्हणती त्यास।
त्याच्या संसाराची पार मारुनी टाकली ।
कशी नशिबाने थट्टा आज मांडलीऽ

[नाना हे गाणे म्हणत असताना आई स्वतःला आवरते. तांदूळ वैरायला सुरुवात करते.]

इप्सित परिणाम साधलेला आहे. आई कामाला लागलेली आहे. स्वरातून भावनेला हात घालण्याची आपली परंपरा फार प्राचीन आहे.

एऽऽ आऽऽई दार उघड
आई, आई दा ऽ र उघड

आई : थांब माझं निवडणं होऊ दे ।
अरे संसार संसार। एक मोठा कंटाळा हा ।।

नाना : कंटाळून गेलो मीही । तरी मला पिंड नाही।।
आईऽ आईऽ दार उघड.

आई : थांब रे, तांदूळ वैरू दे।

नाना : आई, पिंड झाला का?

आई : थांब रे, कढ येऊ दे ।

नाना : ए आई, पिंड झाला का?

आई : थांब जरा, मूद पाडू दे ।

नाना : प्रथम भात शिजवून घ्यावा. मग छोट्या मुदी पाडाव्यात. त्यावर न करपलेलं साधं वरण लिंपावं. तूप जरा बेताने वाढायचं की पिंड तयार. हा पिंड नाशवंत असतो. कावळा लवकर शिवल्यास मृतात्म्यास ताजा मिळतो, अन्यथा दर्भाचा करून लावावा लागतो.

हा पिंड दहाव्याचा अविभाज्य घटक समजला जातो. मग मृतात्मा कोणत्याही जातीचा वा वंशाचा असो. तर, अशा रीतीने पिंड झाला. [आई येते. प्लॅस्टिकच्या पिशवीत पिंड असतो. नाना तो घेतो.]

आई : बेताने जा हो. नवीन स्मशान फार लांब आहे. शिवायला उशीर झाला तर डबा खाऊन घे. (आई आत जाते.)

[नाना चालत राहतो. त्याला उन्हाचा त्रास होतो आहे. विंगेत पाहतो.]

कोपऱ्यावर वळलं की आलंच नवीन स्मशान.

[नाना विंगेत जातो. दुसऱ्या विंगेतून दोन माणसे भांडत येतात. त्यांची वये ३०-३५, पण त्यांनी लहान मुलांसारखे कपडे घातलेले.]

इसम १ : लाज वाटायला हवी!

इसम २ : लाज कुणाची काढता?

इसम १ : तुमचीऽ तुमची! कुणाची भीती आहे की काय?

इसम २ : वडलांचा पिंड दिसतोय.

इसम १ : म्हणूनच म्हणतोय, कुणाची भीती आहे का? तुम्ही इथे आला कशाला? कधी कुणी घरचे गेलेले दिसत नाही? सगळे स्टील गोइंग स्ट्राँग दिसताहेत. इथले नियम माहीत नसले, तर कुणी मोठा माणूस बरोबर घेऊन यायचं.

इसम २ : मला- मला लहान म्हणता?

इसम १ : मग? तुमच्या बापाने कधी असा पिंड ठेवला होता का?

इसम २ : माझ्या बापाचा पिंड काढता? एक देईन ठेवून!

इसम १ : चल्. असले छप्पन पाहिलेत!

इसम २ : सोडून बोला, सोडून बोला.

इसम १ : हे बघा, माझ्या पिंडाजवळ म्हणजे मी आणलेल्या पिंडाजवळ तुम्ही तुमचा पिंड ठेवलात ते ठेवलात आणि वर अश्लील बोलता?

इसम २ : मी काय बोललो?

इसम १ : सारखं सोडून बोला, सोडून बोला म्हणून काय बोंबलताय?

इसम २ : मी बोललो की अश्लील काय? तुम्ही मघाशी म्हणालात ते? अहो, मी दुःखात आहे. पिंड घेऊन आलोय आणि तुम्ही मला 'ए चल'

असे म्हणताय! तुम्हाला कोण, वाटलो कोण मी? तसल्या वाईट सवयी आपल्याला नाहीत.

इसम १ : विपर्यास होतोय हं! मी आपलं म्हणालो, चला चला.

इसम २ : चला? कुठं चला? मी बरा जाईन. म्हणजे कावळा तुमच्या ह्यालाच शिवणार. पोट भरलं की उडून जाणार. आम्ही काय म्हणून दर्भाचा लावायचा? तुम्हाला काय अधिकार?

इसम १ : तुम्ही झक् मारत इथेच कशाला कडमडलात?

इसम २ : बाप मेला म्हणून. इथे कुणी सुखासुखी येत नसतं. तुम्हाला काय वाटतं, मी पिंड घेऊन इथे ब्रेकफास्टला आलोय?

इसम १ : पण मी आणलेल्या पिंडाच्या इतक्या जवळ तुम्ही तुमचा पिंड कशाला ठेवलात? दहा फुटाच्या परिघात कधी कुणी दुसरा पिंड ठेवला होता का?

इसम २ : मी ठेवलाय ना!

इसम १ : ही वस्तुस्थिती गृहीत धरूनच आपण भांडतोय. सकाळपासून बोंबलत बसलोय. कावळ्यांच्या नावाने बोंब! मघाशी चांगला कावळा शिवत होता, तेवढ्यात तुमची सावली पडली आणि उडून गेला.

इसम २ : अहो, पण मी येणारच. आणि आलो की माझी सावली पण येणारच, त्याला कोण काय करणार?

इसम १ : (वेडावत) म्हणे, कोण काय करणार?

इसम २ : हे बघा, वेडावून दाखवू नका हं.

इसम १ : मी तरी काय करू? वेळ जाणार कसा? तसं नाही, आमचा जरा विचार करा. आमचे वडील साधे शाळामास्तर. शक्य होतील नव्हतील त्या सगळ्या इच्छा बोलून दाखवल्या. अगदी तुमच्या नावानं शाळा काढू, असेदेखील बोललो. म्हटलं, कावळा शिवायला म्हणायची इच्छा. मग गंडवायचं.

इसम २ : तुमचे वडील शाळामास्तर होते ना?

इसम १ : हो, तीस वर्षं.

इसम २ : मग मी तुम्हाला सांगतो तसं करा. तुम्ही पिंडाजवळ खडू ठेवा;

खडू. आत्ता शिवेल.

इसम १ : खडू? हे तुम्ही मला सांगताय? रंगीत खडूसुद्धा ठेवून बघितला. पण झाट कावळा येईना! तेव्हा आमच्या वडलांचा जरा विचार कराल की नाही?

इसम २ : च्यायला, मघापासून बघतोय- तुम्ही कोण हरकत घेणारे? आमचा पण बाप मेलाय. वुई आर सेलिंग इन द सेम बोट.

इसम १ : गप् ए! च्यायला, कधी नव्हत पिंड आणला, तर लै टिवटिव करतोय. एक देईनऽ

इसम २ : भाडखावऽ इतका वेळ गप्प बसलो म्हणून वाटेल ते बोलतो?
[मारामारी जुंपते. नाना येतो. कोपऱ्यात उभा राहतो. एकमेकांना पिंड फेकून मारतात. नानानी आणलेल्या पिंडाकडे जेव्हा मोर्चा वळतो, तेव्हा नाना सावध होतो.]

नाना : अरे हाड्ऽ हाड्ऽऽ गप् गप् म्हणतो ना.
[भांडणारे सावध होतात.]

इसम १ : नाही. तुम्ही सांगा- पैले पिंड आणला मी -

इसम २ : आणला असेल. स्मशान तुमचे नाही.

इसम १ : अरे, पण माझ्याजवळ कशाला ठेवला भाडखाऊ? कावळा गेला ना. सकाळपासून बसलोय, पण कावळा शिवत नाही. भूक लागलीय हो! इच्छाच पूर्ण होत नाही. माझी आई म्हणाली, कावळा नाही शिवला तर घरात घेणार नाही. खोटं सांगावं, तर पुढे आईच्या पिंडाला कोण शिवणार? (गळा काढतो.)

इसम २ : रडण्याचा माझ्यावर घंटा परिणाम होणार नाही. गेले दहा दिवस मी आणि आमच्या आप्तेष्टांनी सूर धरलाय. मी आल्याने कावळा उडून गेलेला नाहीये. घोडं पेंड खातं आपल्या गुणांनी.

इसम १ : म्हणजे, काय म्हणायचंय काय तुम्हाला?

नाना : ते म्हणाले, घोडं पेंड खातं आपल्या गुणांनी-

इसम १ : (संतापून) ह्याचा अर्थ काय?

नाना : त्यांनाच विचारा. बहुधा रेस खेळणारे दिसताहेत.

इसम २ : उपमर्द करू नका. रेसचा नाद आपल्याला नाही.

इसम १ : घोडं पेंड खातं काय? माझ्या स्वर्गवासी पित्याबद्दल ही भाषा?

इसम २ : तुमच्या वडलांचा काहीएक संबंध नाही. कावळ्याच्या मर्जीचा प्रश्न आहे. समजा, काही इच्छा उरली नसताना कावळ्यानं तुमची उचकून मारायची ठरवली तर-

इसम १ : मी तुम्हाला मारीन!

[मारामारी लहान मुलासारखी सुरू होते. नाना एव्हाना विंगेत गेलेला आहे. प्रवेश करतो. काळा गॉगल आणि गाऊन घातलेला-]

नाना : शट्‌ अप यू फूल्सऽ! मी आलोय युगायुगाचा पुराणा, रंगाने काळा, नाजूक बांध्याचा, शिवून-शिवून बोथट झालेल्या चोचीचा, मृतात्म्याची इच्छा आपल्यापर्यंत आणून पोचविणारा देवाघरचा तारवाला-

मी असे कावळा, मी असे कावळाऽ

कलह थांबवा बाबांनो, भांडणे करू नका. जेथे हा नाशवंत देह अग्निरूप होतो, अशा जागी भांडणे का रे बाबांनो? क्षमस्व. उशीर झाला... इच्छा अगोदर कळली होती. पण आमचा नाइलाज आहे. हे नवीन स्मशान फार लांब आहे हो. धड वटवृक्षदेखील नाही. फार लांबून उडत यावे लागते. पंख अगदी दमून गेलेत. आम्हा कावळ्यांची फार पंचाईत झालीय.

गावच्या महानगरपालिकेने इतके सुंदर स्मशान बांधले; मग कबुतरांसारखे खास पिंडाचे कावळे का नाही पाळले? कावऽ कावऽऽ आमचे कोण ऐकतो?

इसम २ : एऽ बडबड बंद. अजिबात बंद! आणि शिवा एकदाचे. आधीच आमच्या पोटात तुम्ही ओरडताय.

नाना : व्हॉट डू यू मीन? मी कसा ओरडेन तुमच्या पोटात? तुम्ही काय मला खाल्लंय?

इसम १ : तुम्ही म्हणजे अगदी ॲक्च्युअली तुम्ही नाही... पण म्हणजे त्यांना पण कावळेच म्हणतो आम्ही. भूक लागली की ते ओरडतात.

नाना : आम्ही कसे अजून बघितले नाहीत?

इसम १ : ते ऋग्वेदी असतील. तुम्ही आपले शिवा कसे!

इसम २ : शिवतो की नाही?

नाना : अयूऽ ! भनभन नाय पाहिजे. आमची मोनापली आहे. पिंडाला आम्हीच लागतो. पोपट वगैरे नाही चालत. शिवीन तर शिवीन, नाही तर उडून जाईन. उडू का? लावा दर्भाचा.

इसम २ : (नानाच्या पायावर लोळण घेत) नकोऽ नको! चुकलो. माझ्या आतड्याची पिसं जरी करून तुमच्यात खोचली, तरी आपले उपकार फिटणार नाहीत. म्हणाल तसे करतो. शिवतो की नाही?

इसम १ : आधी माझ्या शिवा, आधी माझ्या शिवाऽ

इसम २ : लाज वाटते का?

नाना : हं, आणा पिंड, एक- दोन- तीन-

[दोघे जण पळत जातात आणि पिंड घेऊन येतात. नाना दोन्ही पिंड चिवडतो.]

तुमचा रेशनचा दिसतोय. च्यायला, निदान पिंडाला तरी आंबेमोहोराचा आणायचा. पण कावळ्याचा विचार करतो कोण? आम्हाला पण शाप मिळालाय. उःशाप कधी मिळणार, कुणास ठाऊक?

[इसम १ जायला लागतो.]

इसम १ : बराय, चलतो. थँक्स हं.

नाना : कशाबद्दल?

इसम १ : पिंडाला शिवल्याबद्दल. कुणी शिवेल, असं वाटलं नव्हतं. बाप फार आखडू होता आमचा. मरतानासुद्धा खुर्चीत बसून मेला. सरळच होईना. शेवटी मांडववाल्याकडून त्या आकाराची ताटी बांधून घेतली.

नाना : थँक्स कसले? आम्ही आमचे कर्तव्य केले. बराय. पुढच्या खेपेस मात्र आंबेमोहोराचं बघा हं!

इसम १ : ओऽ यस्. आता आईचा नंबर आहेच. एक विचारू? तुम्हाला इच्छा खरंच कळतात? वरून आदेश वगैरे येत असतील?

नाना : अहो, कसले आदेश? सकाळी पट्कन् शिवतो. कारण आम्ही भुकेले असतो. मग मात्र ४-५ पिंडांमागे एकाला चोच मारायची. आम्ही प्रत्येकाला शिवलो, तर आमचे महत्त्वच उरणार नाही.

इसम १ : बराय, चलतो. फार महत्त्वाची माहिती दिलीत आपण.

[इसम २ भयंकर चिडलेला आहे.]

नाना : तुम्ही पण येताय?

इसम २ : इतका वेळ लावलास भाडखाऊऽ पुढच्या खेपेस दर्भाचाच लावून तुझी ठासतो, थांब! वर आंबेमोहोर मागतोय, चुत्तड! अरे, अरेऽ तुझ्या बापाने कधी आंबेमोहोर खाल्ला होता का?

[भाऊ विंगेतून प्रवेश करत]

भाऊ : खाल्ला होता. ह्याच्या बापाने, म्हणजे मी खाल्ला होता. कुठाय माझा पिंड?

[इसम २ थरथर कापत 'भूतऽ भूतऽ' असे ओरडत पळून जातो.]

नाना : भाऊऽ भाऊ, तुम्ही इथे कसे? कुणी पाहिलं तर नाही येताना? काय वास येतोय तुमच्या देहाला!

भाऊ : अरे, बोलून-चालून मी एक मृतदेह. एक प्रेत. मला अग्नी देण्यास जसा जसा उशीर होत जाणार तसा देह सडत जाणार. कंटाळा आला रे! गेले दहा दिवस मी आपल्या घराच्या अंधाऱ्या माळ्यावर लपून बसलोय. अरे, मृतदेह झाला म्हणून काय झालं? मग कुठवर आलंय आमचं?

नाना : कशाचं?

भाऊ : अरे, माझ्या अग्नीचं. कधी देणार मला अग्नी?

नाना : पण तुम्ही ह्या नवीन स्मशानात आलातच कसे? तुम्ही जायला आणि जुने स्मशान बंद व्हायला एक गाठ. सगळे चाळकरी ॲम्ब्युलन्स बोलवायास जे गेले ते गेलेच. तुमचा देह टांग्यातून इथे आणावा म्हटलं, तर काय तमाशा केलात!

भाऊ : तमाशा कसला रे... मला खरंच- नव्या स्मशानात जळायचं नाहीऽ त्रिवार नाही!

नाना : नवीन स्मशानात जळणार नाही तर आलात कशाला? आणि तुम्हाला सापडलं तरी कसं?

भाऊ : अरे, आज दहावा. पिंडदानाचा दिवस. मी कसा विसरेन? आजचा दिवस म्हणजे आमचा वाढदिवस. तू घराबाहेर पडल्यावरच तुझ्या

मागे मी होतो.

नाना : अहो, पण तुम्ही मेलेले आहात. शिवाय अंगाला वास येतोय.

भाऊ : तरी मी कानात जन्नते फिरदोशचा फाया लावलाय.

नाना : अहो, पण घेरी येऊन पडला असता म्हणजे फाटली असती ना! पहिल्या अंकाच्या शेवटी काय वात आणलात! तेवढ्यात अंक संपला म्हणून बरं, नाही तर उचलून घरी आणावं लागलं असतं मला. भाऊ, आता एवीतेवी आलाच आहात, तर नवीन स्मशानात जळा की! देऊ का अग्नी? एका तासात मोकळे व्हाल. पुन्हा आम्ही अंघोळीला मोकळे.

भाऊ : नाहीऽ नाहीऽऽ प्राण गेलेले असले तरी नवीन स्मशानात जळणार नाही.

अरे, हे कसले नवीन स्मशान? जिथल्या चितेवर पडल्या-पडल्या वाडवडिलांच्या देहाचा अंगारा फासल्याचे समाधान मिळते, ते खरे स्मशान. जिथे पडल्यावर डोळे मिटल्यावर डोळ्यांतला गारवा मिळतो आणि आजोळी असल्यासारखं वाटतं, ते खरं स्मशान.

अरे, समोर शंकराचे उभे देऊळ आहे. नंदी समोर रागावून बसला आहे. शेजारी विठोबाचे देऊळ आहे. पहाटे काकडआरती कानी पडते आहे. अरे, ही बघ- चितेशेजारून वाहणारी नदी. पलीकडे मारुती, तिकडे रामाचे मंदिर. अरे, ही मुडदूस झालेली नदी पावसाळ्यात अशी टरारून फुगायची. जरा लांब असलेल्या पुलावर जायचं आणि पुरात उडी घ्यायची... धार कापत, भोवरे फोडत स्मशानाच्या काठाला लागायचे. समोरच्या देवळाच्या कळसाला पायाने रेटा देऊन शड्डू ठोकत 'शंभोऽ' पुकारायचे. अरे, हे सगळे जिथे आहे, ते माझे स्मशान. टेंडर भरून बांधलेल्या सिलिकॉनच्या भट्टीत मला जळायचं नाही.

माझं पोहणं आता कायमचं संपलं आहे. मला माझ्या वाळूत सुखानं पडू द्यात बाळांनो. हे नवीन स्मशान आमच्यासाठी नाही, तुमच्यासाठी आहे.

नाना : छान! अजून तुमच्या जळण्याचा पत्ता नाही आणि आम्हाला

सरणावर चढवा.

भाऊ : नाही, तसं नाही.

नाना : भाऊ, गेले दहा दिवस तुमच्या देहाचा वास माझ्या नाकात बसलाय. तेरावा झाल्यावर जरा सवड मिळेल. आय ॲम् व्हेरी बिझी. पुन्हा तुम्हाला जाळायचंय तेही जुन्या स्मशानात. ती जागा आता खासगी मालकीची. सगळी चिकचिक झालीय माझी.

भाऊ : हे बघ, शांतपणे विचार कर. आधी पिंडाचं उरकून घे बघू.

नाना : पण अजून कावळ्याचा पत्ता नाही.

भाऊ : अरे, प्रत्यक्ष मी इथे असताना कावळा तो कशाला? जास्त आग्रह मात्र करू नकोस पिंडाचा. देहाचा कारभार आटोपला असल्याने भूक अशी ती लागत नाही. आता आत्मा आहे, पण त्याला कितीशी भूक लागणार? शिवाय तो अमर आहे. (नाना टिफिन कॅरियर सोडतो.)

नाना : तुम्ही काय फक्त ह्याच्यासाठी इतक्या लांब आलात होय?

भाऊ : काय करणार? आम्हाला अंधाऱ्या माळ्यात कोंडून ठेवलंस. रात्री तहान लागली म्हणून उठलो. अंधारात काही दिसेना. चाचपडत होतो. तेवढ्यात माझा हात दाराच्या कोयंड्यात अडकला. आधीच मी अशक्त, त्यातून प्राण निघून गेलेले. पाहतो तो बोटाचं पेर चक्क तुटलेलं. संवेदना होत नाहीयेत, ते एक बरंय. सकाळी उठलो तर पेर कुठं सापडेना. म्हटलं, रात्री फटीतून खाली तुझ्या आईच्या खोलीत पडलं की काय? तोच मुंग्या दिसल्या खूप वळवळताना. बोटाच्या तुटलेल्या पेराला मुंग्यांची रांग लागलेली. तसंच बोटाचे पेर उचलून खिशात घातलं आणि तुझ्यामागे धावत आलो.

नाना : बरं झालं, खाली नाही पडलं माळ्यावरून. नाही तर लोकांना वाटलं असतं, आम्ही खूनच केला तुमचा! आणलंय ना बरोबर?

भाऊ : तर! हे काय–

नाना : थांबा हं, मी विंगेत जाऊन सुई–दोरा घेऊन येतो. (जातो आणि सुई–दोरा घेऊन येतो.)
बघू, बघू– (बोट शिवायला लागतो.)

पिंडाला कावळा जरी शिवला नसला, तरी मला बोट शिवावे लागते आहे. किती वेळा तुम्हाला सांगितलं मी की, तुम्ही मेलेले आहात हे विसरू नका. कडकड करू नका. तेराव्यातून जरा मोकळा झालो की, अग्नी देतो. माझी फार धावपळ होते आहे. भाऊ, कसं सांगू तुम्हाला? ह्यापुढे मात्र तुमचा कोणताही अवयव मी शिवून देणार नाही. शी:! काय वास येतोय तुमच्या देहाला!

भाऊ : अरे, मी तरी काय करू? माझं कुजणं खरंच थांबवता येणार नाही का रे?

नाना : नाही. इजिप्तमध्ये आपण असतो तर तुमची 'ममी' तरी करून ठेवली असती! बरं, पिंड खाऊन झाला का? पुन्हा भूक-भूक करायची नाही. विहिरीत बसलेला सिंदबाद झालाय समजायचं आणि माळ्यावर मुकाट पडून राहायचं.

भाऊ : एक सांग मला... तुझी आई-

नाना : तिचं काय?

भाऊ : बरी आहे ना? सारखं मनात येतं, एकदा जाऊन सांत्वन करून यावं.

नाना : माफ करा. तुम्हाला तिच्या मानगुटी भूत म्हणून बसायचंय का? आधीच रडून-रडून वात आणलाय. चला, घरी चला. येताना तुम्हाला कोणी ओळखलं कसं नाही?

भाऊ : पाहिलं की! त्यांना वाटायचं, माझ्यासारखा दुसरा माणूस चाललाय आणि पुढे निघून जायचे... पण तुझ्या आईची फार आठवण येते बघ... इतका सुरेख जमला होता संसार... पण कोणी तरी चांडाळानं विरजण लावलं रे आमच्या संसाराला! सुख पाहावलं नाही. जोडा असा मस्त जमला होता आमचा...

[भाऊंवर प्रकाश]

असू आम्ही गृहस्थाश्रमी । स्वप्न वसे अंतर्यामी।।
यत्न चालू असे जंगी। नानास भावंड व्हावे।।

पण नाही... नाही झालं तेच बरं झालं. संसाराची बाकी फक्त नानाची उरली.

नाना : काय बोलताय भाऊ! स्वतःच्या मुलाजवळ अशा गोष्टी बोलायच्या

नसतात. आता मी समजूतदार आहे म्हणून ठीक.

भाऊ : म्हणून म्हणतो, फक्त एकदाच मला रमेशी बोलू दे रेऽ

नाना : नको, नको!! आता चलता घरी, का जाळू नव्या स्मशानात? तुम्ही पिंडाला ॲडव्हान्समध्ये शिवलाय.

भाऊ : एकदा रे, फक्त एकदाच भेटतो. अरे, ती झोपली असताना भेटतो. तिला वाटेल, आपण स्वप्न बघतोय किंवा सिनेमा. अवतीभवतीचे विश्व विरघळते आहे. स्वर्गाचा सेट मांडलाय. माझी रमाप्सरा मंचकावर विसावलीय.

[नानाची आई झोपलेली दिसतेय.]

रमाप्सराऽ ए रमाप्सराऽऽ मी... मी आलोय तुझा भाऊ यक्ष. अरे, बोलता-बोलता आपण नव्या स्मशानातून घरी केव्हा पोचलो, कळलेसुद्धा नाही! तिन्हीसांजेलासुद्धा रमाप्सरा कशी शांत पहुडली आहे. झोपेतसुद्धा तिला हुंदके येताहेत. नानाऽऽ

नाना : भाऊ, मी आता एक्झिट घेतो. च्यायला, मेल्यावरही कटवा आम्हाला. (जाता-जाता थबकून) पण भाऊ, मला लहानपणचं सगळं बघितलेलं आठवतंय. (नाना जातो,)

[आई उठते.]

आई : चलऽ चावट कुठला!

भाऊ : रमाप्सरा, मी आलोय.

रमा : अगो बाईऽ! तुम्ही? तुम्ही कधी आलात? माझा मेलीचा डोळा तो कधी लागला, मला कळलंच नाही. जळ्ळी माझी झोप! (इकडे तिकडे पाहात) अगो बाई! तिन्हीसांजा झाल्या. काय अभद्र लक्षण माझं. इडा-पीडा टळो, घरच्या धन्याला...

भाऊ : घरच्या धन्याला दिलेलं उदंड औक्ष साजरं करून उरलेलं तुला दिलंय रमे! जागी हो.

रमा : कोण चांडाळ आता ह्यांचं पण आयुष्य हिरावून घेतोय? भाऊचं घेतलं ते घेतलं, ह्यांचं तरी नको. देवा पांडुरंगाऽऽ अरे, एकदा लावलेलं कुंकू पुसलंस, आता दुसरं लावायच्या आतच का असा जीवावर उठलास?

भाऊ : हे बघ- हे बघ रमाप्सरा, मी... मी तुझा भाऊ यक्ष.

रमा : पण तुम्ही असे दक्ष होऊन का उभे? बसा ना. का मलाच मेलीला भासच होतोय? काही म्हणा, एक सांगू?

भाऊ : सांग ना.

रमा : सूट बरीक तुम्हाला शोभून दिसतो हो!

भाऊ : सूट? ह्याला तू सूट म्हणतेस रमे? अगं, साऱ्या संसारात मी कधी तरी सूट घातला होता का?

रमा : (आपल्याच तंद्रीत) डोळ्यां वर काळा चष्मा लावलाय वाटतं स्वारीनं!

भाऊ : रमाप्सराऽ रमेऽऽ मी तुझा भाऊ यक्ष बोलतोय. अगं, तुझा भाऊराव! तू कुणाबद्दल बोलते आहेस, सांग. सांग ना- (रमेला धरून हलवतो.)

रमा : अहो, असं काय करताय? कुणी पाहिलं तर? कसला वास येतोय कुजका! घूस मेलेली दिसते आहे माळ्यात. कालपासून नानाला- (भाऊरावांकडे बघते. किंचाळते.) नानाऽ नानाऽऽ

[नाना धावत येतो. भाऊ अदृश्य होतात.]

नाना : काय झालं आई? काय झालं ओरडायला?

आई : तेऽ ते ऽऽ

नाना : ते... ते... काय?

रमा : मला ते दिसले.

नाना : ते कोण? आपले भाऊ?

रमा : नाही रे, तेऽ तेऽऽ-

नाना : कोण ते? अगं, भाऊच दिसले असतील.

रमा : नाही रे, प्रथम ते दिसले. मग कसला तरी कुजका वास आला आणि तुझे भाऊ दिसायला लागले. घूस मेलीय का रे माळ्यात?

नाना : भास झाला तुला. आणि हे बघ, माळ्यावर कधी जायचं नाही. मी बघेन उद्या सकाळी- घूस आहे की नाही.

रमा : भासच म्हणायचा अखेर. प्रत्यक्षात कुठं असं व्हायला! तिन्हासांजेला डोळा लागला की, असंच व्हायचं बाबा. अरे, पण ते नक्की आले

होते.

नाना : अगं, पण कोण ते?

रमा : बरं, ते जाऊ दे. कधी आलास तू स्मशानातून?

नाना : मघाशीच आलो.

रमा : कावळा शिवला?

नाना : नाही.

रमा : मग?

नाना : प्रत्यक्ष भाऊ शिवले.

रमा : तिरसटासारखा बोलू नकोस.

नाना : तिरसटासारखा काय? आता कावळा नाही, तर काय मी शिवणार पिंडाला? जरा वेळ लागला, पण शिवला. दमलो बुवा. (बसतो.)

रमा : अरे, असं दमून कसं चालेल? अजून तेरावा आहे.

नाना : हो ना. गंमतच आहे म्हणायची.

रमा : गंमत रे कसली त्यात? विचित्रच आहेस. जेव आणि झोप. उद्या सकाळी उठल्याबरोबर तेराव्याची तयारी करायला लागू या. तू जाऊन बोलावणी करून ये.

नाना : बोलावणी कसली करायची आहेत?

रमा : ज्यांनी-ज्यांनी खांदा दिला, त्यांना सगळ्यांना जेवायला बोलावायचं असतं.

नाना : कशाला? मला तिथे जुन्या स्मशानात बसवून ॲम्ब्युलन्स आणायला म्हणून गेले, ते कटलेच! ताटी घेऊन मी बोंबलत बसलो होतो.

रमा : तरी पण बोलावलं पाहिजे त्यांना. आपल्याला नात्यातलं कुणी असतं, तर त्यांनीच सगळं केलं असतं.

नाना : हो, म्हणजे आपण बिनधास्त दुःख करायला मोकळे.

रमा : सगळ्यांना बोलावणी कर. आणि... आणि त्यांना पण बोलाव.

नाना : त्यांना म्हणजे कुणाला? मघापासून 'ते दिसले, त्यांना बोलाव' हे काय चाललंय तुझं?

रमा : त्यांना म्हणजे सगळ्यांना रे, जे-जे पोचवायला आले होते त्या सगळ्यांना- असं म्हटलं मी.

नाना : बोलावतो. आई, आपल्याकडे पॉयशा आहे का गं?

रमा : आता पॉयशा कशाला पाहिजे तेराव्याला?

नाना : तेराव्याला नाही, घुशीला गं. घूस मेलीय म्हणालीस ना माळ्यात. जरा पॉयशात औषध घालून मारतो, म्हणजे निदान वास तरी येणार नाही. दे म्हटला की द्यावं. इतका व्याप आहे, त्यातून सारखे प्रश्न विचारा आम्हाला. जा जा, विंगेत जा आणि पॉयशा घेऊन ये.
[आई तरातरा जाते आणि पॉयशा आणून आदळते.]

रमा : बोल बाबा, बोल. तुझंच राज्य आहे आता. आम्हाला कोण विचारणार आता?

नाना : मी माळ्यावर जातो. (जातो.)

रमा : (आपल्याच तंद्रीत) काय म्हणते मी, तेराव्याला नक्की यायचं हं? न यायचं करू नका. आणि हो, तोच सूट घालायचा हं. विसरायचं नाही. काळा चष्मा मात्र हवा डोळ्यांवर.
[आई जाते. कोपऱ्यात भाऊ बसलेले दिसतात. नानाच्या हाका ऐकू येतात.]

नाना : भाऊ, तुम्ही कुठे आहात?

भाऊ : नाना, काय झालं रे हे! गेल्या दहा दिवसांपर्यंत चालवत आणलेल्या संसाररथाचं एक चाक असं कुजकं कसं निघालं? अरे, मी जाऊन दहा दिवसांच्या आत तुझ्या आईला सूट आणि काळा चष्मा घातलेला एक बाबा दिसायला लागला! मघाशी मी तिच्या स्वप्नात म्हणून गेलो, तेव्हा मला समजलं की– माझ्याशी बोलत नसून माझ्या जागी तिला सूट आणि काळा चष्मा घातलेला बाबा दिसत होता. तो मी नव्हतो. माझी रमा खरंच अप्सरा निघाली, कुणाही यक्षाबरोबर जाणारी! कुणालाही लागणारी तिची अशी हँड रमी कशी रे झाली?

नाना : रडू आवरा माझे वडील, रडू आवरा. कितीही रडलात तरीही तुम्ही बाहेरचे आहात. मेलेले आहात. भूतकाळ आहात. वर्तमान आम्ही आहोत. त्यात फरक करण्याचा तुम्हाला दिलेला अधिकार काळाने हिरावून घेतलेला आहे. आईला दिसणारे 'ते' म्हणजे तुम्ही म्हणता

तो सूट आणि काळा चष्मावाला बाबा, ह्यात शंका नाही. आई 'ते दिसले, ते दिसले' का म्हणत होती, ते आत्ता कळलंय. थँक्स भाऊ, थँक्स. मला फक्त एकच चिंता आहे भाऊ. म्हणजे हा सूट आणि काळा चष्मा तुम्ही जाण्याआधीपासून होता, की गेल्या दहा दिवसांतील ही आईची कमाई म्हणायची?

[आईचा आवाज- ''अरे नाना, किती अंधार आहे माळ्यात. काय करतो आहेस तरी काय'' .... आई येते. नाना-भाऊ अवाक्]

नाना : आई, तुला काय बजावलं होतं मी? वर येऊ नको सांगितलं होतं ना?

आई : काय करतो आहेस तरी काय?

नाना : दिसत नाही, घूस मारतोय ते...? वर कशाला...

आई : (भाऊंना पाहते) नानाऽऽ अरे, मला ते दिसले, मला ते दिसले!

नाना : घाबरू नको आई, मी आहे इथे.

आई : काय झालं रे नाना? (रडते.)

नाना : तुझं काहीही झालं नाही. माझा हळूहळू हॅम्लेट होतोय. वर कशाला आलीस?

आई : मला घूस बघायची होती, पण हेच दिसतायत समोर! अरे, अजून दिसतायत.

[भाऊ स्तब्ध उभे आहेत.]

नाना : ते कोण?

आई : अरे, भाऊऽ भाऊऽ!

नाना : ते कोण?

आई : अरे खरंच, आपले भाऊ, तुझे वडील.

नाना : त्यांचा काळा चष्मा दिसतोय?

आई : नाही रे, आपले भाऊ संध्याकाळी दिसले, परत दिसतायत. का, का आलात तुम्ही?

नाना : नीट बघ आई, नक्की कोण दिसतंय? सूट आणि काळा चष्मा...

आई : नाही.

नाना : सूट आणि काळा चष्मा? नीट बघ.

आई : खरंच नाही रे.

नाना : खोट बोलतेस थेरडे! मघाशी कोण दिसलं तुला?

आई : मघाशी तू म्हणतोस ते दिसले, मग वास...

नाना : तोच वास आत्ता येतोय?

आई : हो.

नाना : ते प्रथम कधी दिसले?

आई : मघाशी.

नाना : खोटं, साफ खोटं! मी विचारतोय, ते प्रथम कधी दिसले?

आई : प्रत्यक्षात मघाशीच.

नाना : म्हणजे ते तुला आज दिसले. दहा दिवसांपूर्वी दिसले, की पूर्वीपासून तुला तेच दिसतायत?

आई : प्रत्यक्षात मघाशीच दिसले.

नाना : त्यांचं नाव?

आई : सूट आणि काळा चष्मा?

नाना : त्यांचं नाव मी विचारतोय.

आई : मला खरंच माहीत नाही. का छळतोस?

नाना : तू त्यांना प्रथम कधी पाहिलंस?

आई : दहा दिवसांपूर्वी.

नाना : म्हणजे?

आई : म्हणजे भाऊ गेले त्याच दिवशी!

नाना : लग्नाआधी ओळख?

आई : असती, तर भाऊ तुझे वडील झाले नसते. काही तरीच आरोप करू नकोस. पूर्वीपासून तिन्हीसांजेला डोळा लागला की, एक रिकामी चौकट दिसायची. चेहरा अस्पष्ट दिसायचा. तो चेहरा दहा दिवसांपूर्वी स्पष्ट दिसला आणि त्यानं –

नाना : सूट आणि काळा चष्मा. करेक्ट?

आई : जे झालं ते प्रामाणिकपणे सांगते आहे. उगाच चेष्टा करू नकोस.

नाना : तुला त्रास होतोय आई. इथे कुणीही नाहीये. वर कशाला आलीस तू? खाली जा बघू. (जाते.) मी नंतर येतो.

भाऊ : मला भीती वाटली की, ह्या सगळ्या प्रकारात तू अग्नी द्यायला विसरतो आहेस की काय?

नाना : अग्नी कसला घेऊन बसलात भाऊ, प्रसंगाला वेगळी कलाटणी मिळाली आहे! एक गूढ रहस्यमय आवरण आपल्याभोवती साचते आहे. संकटाने चिंब ओथंबलेले ढग नेम धरून आपल्याच घरावर कोसळताहेत. मला भीती वाटतीय भाऊ- माझा हॅम्लेट होणार! हा सूट आणि काळा चष्मेवाला काका मला त्रास देणार. काही प्रश्न विचारतो भाऊ, नीट हुशारीनं उत्तरं द्या. आट्यापाट्याच्या सामन्यांसाठी मी परगावी गेलो होतो, तेव्हा तुमची तब्येत कशी होती?

भाऊ : ठणठणीत.

नाना : एक्झॅक्टली! भाऊ, तुम्हाला झोपेत मृत्यू आला असं म्हणालात.

भाऊ : काय म्हणालास?

नाना : तुम्हाला कमी ऐकू येतंय भाऊ आणि तुम्ही गेलात तेव्हा तब्येत ठणठणीत होती तुमची. ह्याचा अर्थ एक काळा चष्मा आणि सूट पूर्वीपासून आपल्या नकळत अस्तित्वात होता. आईची भानगड मुरलेली दिसते आहे. इतकी मुरलेली असेल की, तुमचा मृत्यू कदाचित नैसर्गिक ठरणार नाही.

भाऊ : म्हणजे? तुझ्या आईनी आणि तिला दिसणाऱ्या त्या माणसानी दोघांनी मिळून माझा...

नाना : एक्झॅक्टली! तुमचा मृत्यू हा घातपात असण्याचा संभव आहे. माय गॉडऽऽ व्हॉट ए सिच्युएशन! काय साला प्रसंग आहे. मेलेल्या बापासमोर त्याच्या मृत्यूची चिकित्सा चालू. नाही भाऊ, आता माघार नाही. ह्या प्रकरणाचा छडा लावलाच पाहिजे. तुमचा खून कुणी केला, ते शोधलंच पाहिजे... होल्ड इट... होल्ड इट! येस्, तेराव्याला बोलावणी करा असं जेव्हा आई म्हणत होती, तेव्हा 'त्यांना बोलाव त्यांना बोलाव' असं म्हणत होती. मी विचारलं की, त्यांना म्हणजे कोणाला? त्यावर ती म्हणाली, त्यांना म्हणजे ज्यांनी-ज्यांनी खांदा दिला त्यांना...

भाऊ : माझ्या अग्नीचं...

नाना : ह्याचा अर्थ भाऊ, ती व्यक्ती तुमच्या प्रेतयात्रेला हजर होती. आईला ती व्यक्ती गुप्तपणे भेटली असली पाहिजे! म्हणून आई म्हणाली की, त्यांना बोलाव म्हणून... आईचा घोऽ! च्यायला, हून जाऊ दे भाऊ, एकदा हून जाऊ दे. तुमचा तेरावा भव्य प्रमाणात साजरा करू.

भाऊ : करा... पण...

नाना : आचारी लावू, मौज करू... भव्य जेवणावळ घालू....

भाऊ : घाला... पण...

नाना : एक गोष्ट नक्की. खांदा द्यायला ती व्यक्ती जर खरोखरच आली असेल, तर तुमच्या तेराव्याला सूट आणि काळा चष्मावाली ती व्यक्ती येणार. एक दडलेला खून उघडकीस येणार–

भाऊ : मला त्याच्याशी कर्तव्य नाही. अरे, मला सोडवाऽऽ असह्य झालंय हे... मला फक्त जळू द्या, जुन्या स्मशानात पोटभर जळू द्याऽ!

नाना : जरा कळ सोसा भाऊ. हा खुनी शोधू द्यात, दोघांना एकदमच अग्नी देतो. भाडखावऽ! माझ्या बापाला मारतो आणि आईला खेचतो काय? आता फक्त तेरावा घालतो आणि आईच्या 'त्यांना' भरल्या पंक्तीतून उठवतो.

[हसतो. भाऊ जातात. गाण्याचे स्वर कानी पडतात. आवाज मोठा होत जातो.]

उठा चला, पुढे चला, सारे चला
स्वातंत्र्याचा जय बोला
उठा चला, पुढे चला, सारे चला...
भाऊरावांचा तेरावा
बासमतीचा भात हवा
उठा चला, पुढे चला...
संसाराचा झेंडा पहा
अर्ध्यावरती आला पहा...

[स्टेजवर आई अर्ध्यावर उतरविलेला संसाराचा झेंडा घेऊन उभी. शेजारी नाना.]

यावं. यावं चाळकरी बंधो, यावं. आपण आमच्या वडलांना दिलेल्या खांद्याबद्दल आभारी आहे. त्याचा श्रमपरिहार म्हणून आजची पंगत.

चाळकरी १: आभार कसले मानतोस शिंच्या? तुज्या बापसांस आम्ही अग्नी देणार नाही, तर कोण तुझा काका? जेवणाचं बघ–

नाना : प्रबंध होतो आहे. आपल्या मागणीप्रमाणे बासमतीच्या भाताची व्यवस्था केलेली आहे. परत परत थँक्स... चाळकरी बंधूंनो, आभारी आहे. फक्त मला एक गोष्ट जाणून घ्यायची आहे. आपण मला मदत कराल, अशी आशा आहे. आपण जेव्हा ताटी बांधून उचलली त्या वेळी, लक्षात घ्या– त्या वेळी खांदा द्यायला डावीकडून तिसरा कोण होता?

[स्तब्धता]

चाळकरी २: एक मिनिट– डावीकडून तिसरा म्हणजे, देहाच्या डोक्याकडून की पायाकडून?

नाना : म्हणजे मला...

चाळकरी ३: निश्चित खुलासा करा हो आधी. देहाच्या डोक्याकडून की पायाकडून, ते ठरवा. आणि ते ठरविल्यावर समोरून बघणाऱ्याच्या डाव्या बाजूला की देहाच्या डाव्या बाजूला, ते ठरवा. उगा आपलं काहीही विचारायचं म्हणजे काय?

चाळकरी १: थांबाऽ थांबा. घोटाळा नको. हे बघा– ही ताटी. (हातातील काठीने काढून दाखवितो.) हे देहाचे डोके, हे पाय. पण मी विचारतो की, हा डावीकडून तिसरा पाहिजे कशाला?

[स्तब्धता]

नाना : म्हणजे... सहज...

चाळकरी १: सहज?

नाना : हो, गंमत म्हणून. म्हटलं, बघू या तुम्हाला आठवतं की नाही ते.

चाळकरी ४: पण मी म्हणतो, जेवता-जेवता डावीकडून तिसरा शोधला तर चालणार नाही का? का हो नानासाहेब...

नाना : बासमतीचा भात जरा प्रबंध होतो आहे तोवर शोधून काढला, तर वेळ तरी जाईल.

चाळकरी ४: अरे, मग भेंड्या लावा!

नाना : नको.

चाळकरी ४: का? का? नको का?

नाना : अहो, पहिल्या अंकात लावून झाल्यात.

चाळकरी ४: तुला काय माहीत? तुझी एन्ट्री त्याच्यानंतर आहे. मी विंगेतून बघत नव्हतो का! तुम्हाला प्रॉम्टिंग कोणी केलं?

चाळकरी १: हे विषयांतर होते आहे हं! हे विषयांतर होते आहे!

चाळकरी १: मुद्द्याचं बोला. डावीकडून तिसरा कशास पाहिजे?

नाना : मला शोधून काढायचे आहे.

चाळकरी १: काय?

नाना : तो कोण आहे? डावीकडून तिसरा आहे तरी कोण?

चाळकरी १: अरे बाबा, पण का? त्यानं काय घोडं मारलंय?

नाना : त्यांनी भाऊंच्या ताटीतला एक बांबू पळवलाय आणि ताटी पार लंगडी करून टाकली. तो बांबू छिनून त्यांनी त्याचा एक मोठा आकाशकंदील केलाय. संध्याकाळ झाली की, भाऊ गेलेल्या खोलीत तो आकाशकंदील वाऱ्याबरोबर हलताना दिसतो. आई घाबरते. तिचं मन भरकटतं. तोंडाला फेस येतो. हातापायाची आकडी वळते. आणि तोंडानी 'डावीकडून तिसराऽ सूट आणि काळा चष्माऽ' असे ओरडते.

[स्तब्धता]

चाळकरी २: नाना, आपल्या चाळीत तरी असा नीच इसम असेल, असं वाटत नाही. हां, क्वचित एखाद्या लहान पोराने बांबू पळवलाही असेल. पण आकाशकंदील करण्यापर्यंत मजल जाईल, असं वाटत नाही.

नाना : नाही. तुमच्यातच कुणी तरी एक डावीकडून तिसरा आहे. कोण आहे तो? बोलाऽ बोला, गप्प का? अरे, कोण होता कोण तो? तुम्हाला माझ्या बापाची आण आहे. त्याच्या पिंडाची आण आहे. नेल्या ताटीची आण आहे. बाबांनो, फक्त डावीकडून तिसऱ्याचा सवाल आहे. कौन है वो?

[स्तब्धता]

आई : चला म्हटलं, वाढलंय.

[सगळे गाणं सुरू करतात. "स्वातंत्र्याचा जय बोला" म्हणत जेवायला जातात. शांतता.]

[भाऊ नानाला खुणावत आहे. 'एऽ मी येऊ का?' असे विचारतात.]

नाना : भाऊ, तुमच्या तेराव्याला झाडून सगळे चाळकरी आले होते, पण डावीकडून तिसरा नाही. रहस्याची उकल नाही. भव्य प्रमाणात तेरावा करून, खांदेकऱ्यांना बासमतीची लाच देऊन काहीही उपयोग झाला नाही.

भाऊ : माझं एक काम करतोस?

नाना : आता काय करू?

भाऊ : आईच्या खोलीत जा आणि माझे ट्रंकेतील कपडे घेऊन ये. हे फार मळलेत. सगळ्या शरीराचा वास ह्या कपड्यांना लागलाय.

नाना : (उडी मारून अंगात यावे तसा नाचतो. आणि ठेक्यावर म्हणतो) कपडे... कपडे...

भाऊ : अरे, काय झालं? असं काय करतोस?

नाना : कपडे... कपडे... माझे कपडे... तुझे कपडे... त्यांचे कपडे!

भाऊ : कसले कपडे?

नाना : सुती कपडे- रेशमी कपडे- उंची कपडे- बुटके कपडे, कपडे...

भाऊ : आण, लवकर आण..

नाना : दिसला.

भाऊ : कोण दिसला?

नाना : दिसला... दिसला... तिसरा! डावी-उजवी-डावी-उजवी तिसरा. अकरा-ठोकरा-बकरा, झाला माझा बकरा. सूट, चष्मा सापडला, सापडला. बाप- मेला. आई रांड! कपडे, चौकट, अग्नी, स्मशान, भट्टी, नकार, चौकट, ताटी, खांदा... तिसरा, डावीकडून तिसरा, अकरा- ठोकरा- झाला माझा बकरा! सापडला, कपडे कपडे...

[नाचणे वाढते. भाऊ उठतात, नानाच्या तोंडात मारतात. शांतता. नाना सावध होतो.]

खलास भाऊ, खलास. आय गॉट इट्. मला मिळाला डावीकडून

तिसरा. जा भाऊ, विंगेत जा. (भाऊ जायला लागतात.) ह्या नाही, त्या विंगेत जा. तिथे एक पिशवी ठेवली असेल. वनदेवी छाप हिंगाचा शिक्का असलेली. घेऊन या, जा. (भाऊ पिशवी घेऊन येतात.)

नाना : (पिशवीत हात घालतो.) सापडला, डावीकडून तिसरा! (पिशवीतून गॉगल काढतो आणि एकदम भाऊंच्या डोळ्यांवर घालतो.) भाऊ तुम्ही– तुम्हीच डावीकडून तिसरे!

भाऊ : अरे, पण... मीच मला खांदा कसा देईन?

नाना : हे पाहा भाऊ, भाऊ...

भाऊ : अरे, मी कसला तिसरा? माझा झालाय मुडदा!

नाना : ऐका जरा. आणि माझं बोलणं होईतोवर मधे-मधे बोलू नका. खरं तर डावीकडून तिसरा आपल्याला सापडत नाही, कारण तो तेराव्याला आला नाही. इतक्या कमी माहितीवर तो सी. आय. डी.लासुद्धा मिळणार नाही. आईला फक्त सूट आणि काळा चष्मा आठवतो. चेहराही आठवत नाही. त्याकरता तुम्ही मला मदत करा. तुम्ही डावीकडून तिसरे व्हा. एकदा तुम्ही डावीकडून तिसरे झालात की, आई तुमच्याशी खरं मनापासून बोलेल. मागच्या वेळी आईजवळ स्वप्नात म्हणून गेलात, आता हक्कानं जा. तुमची ओळख वाढेल. आई तुमच्या ताब्यात येईल. राईट. आणि सरते शेवटी तुमच्या मृत्यूचे रहस्य आईच्याच तोंडून वदवून घेता येईल. तो खरा कोण होता? तुम्हाला गंडवून आईला कसा आणि का भेटत होता? हा डावीकडून तिसरा मृत्यूपूर्वी होता की अलीकडचा आहे, हे कळेल आणि... आणि.....

भाऊ : बोल– बोल, अडखळू नकोस. इंटरेस्टिंग आहे.

नाना : आणि हेही कळेल की, आईला दिसणाऱ्या रिकाम्या चौकटीत डावीकडून तिसरा म्हणून सूट आणि काळा चष्मा घातलेले तुम्हीच दिसत होता की काय?

[स्तब्धता]

भाऊ : जमलं.

नाना : दॅट्स इट! जमलं. तर तुम्ही हे कपडे घाला आणि आईला सामोरे जा. मी तुमची आणि आईची ओळख करून देईन.

भाऊ : समजलं रे, पण.....

नाना : पण काय?

भाऊ : माझ्या अंगाला येणारा वास... त्याचं काय?

नाना : असं करा, तुम्ही माळ्यावर जा आणि तो पॉयशा आहे नं पॉयशा, तो अंगावर मारून घ्या. त्यात औषध आहे. वास जरा कमी येईल. जा, माळ्यावर जा.

भाऊ : काय?

नाना : नाही, विंगेत जा. तोवर मी आईला सूचना देऊन ठेवतो आणि मग तुम्हाला बोलावतो.
[भाऊ पिशवी घेऊन जातात.]
आईऽ ए आईऽऽ!

आई : काय रे? (मुद्रा खिन्न)

नाना : तेरावा जोरात पार पडला. तुझी दगदग संपली, तरी तुझी मुद्रा अशी...

आई : नाही रे, मला काही नाही झालं.

नाना : मला माझं पुरतं म्हणू दे, मग तुझं वाक्य आहे. तरी तुझी मुद्रा अशी खिन्न का दिसते आहे, ते मला माहिती आहे.

आई : तसं नाही रे. मी फार दमले आहे बघ.

नाना : डावीकडून तिसरे तुला दिसले नाहीत म्हणून नाराज आहेस, मला माहितेय. पण मी तुला वचन दिलं होतं- डावीकडून तिसरा मी मिळवीनच आणि तो मला सापडला! दे टाळी...

आई : अय्या, खरंच! की चेष्टा करतोस माझी?

नाना : तुझ्या शपथ. पूर्वनियोजित कार्यक्रमामुळे ते स्वतः तेराव्याला येऊ शकले नाहीत.

आई : म्हणजे तुला ते?

नाना : भेटले! म्हणजे मी त्यांच्या घरी गेलो होतो!

आई : घरी?

नाना : म्हणजे ते गावात राहात नाहीत. आठवड्यातून काही दिवस या गावी येतात. कामं झाली की, परत निघून जातात.

आई : कसली कामं असतात?

नाना : फार मोठा बिझिनेस आहे त्यांचा. ते हॉटेलमध्ये उतरतात, स्पेशल रूममध्ये.

आई : स्पेशल रूममध्ये?

नाना : आता ह्या आधीचं वाक्य मी काय कानडीत बोललो?

आई : बरं झालं तू त्यांना भेटलास ते. पण तुला त्यांचा पत्ता कोणी दिला?

नाना : कोणी दिला? अगं, तेराव्याला सान्यांना झाडून विचारलं, प्रथम कबूल झाले नाहीत, पण मग दिला पत्ता न् काय! म्हटलं, परका माणूस भाऊंच्या प्रेतयात्रेला येतो आणि चाळकऱ्यांना पत्ता नाही म्हणजे काय?

आई : हे बघ नाना, भाऊ तर गेले... मला काय वाटतं, ते स्पष्टपणे सांगते आहे. हे बघ, भाऊंच्या मागे मला एकटीला राहणं जमणार नाही.

नाना : म्हणजे?

आई : म्हणजे डावीकडून तिसरे मला... मला... (लाजते.)

नाना : एऽ वेडाबाईऽ सांग ना... मला... मला काय? अं? आता कशी, आता कशी एका माणसाची कळी खुलली!

आई : ए, चेष्टा कसली रे करतोस? आम्ही नाही जाऽऽ

नाना : अगं, जेव्हा तू काळा चष्मा आणि सूट हे शब्द उच्चारलेस, तेव्हाच मी हे विधिलिखित ओळखलं. ऊंऽ त्यात लाज कसली? आता मला फक्त एकच सांग. खरं-खरं सांग. तुझी आणि त्यांची ओळख भाऊ जाण्याआधी झाली, की नंतर?
[स्तब्धता]

आई : मला माहिती नाही. सारखी रिकामी चौकट दिसायची. चेहरा स्पष्ट दिसायचा नाही. तो चेहरा कुणाचा होता, हे तेरा दिवसांपूर्वी कळलं. मी प्रथम त्यांना 'ह्यांना' खांदा देताना पाहिलं... आणि ठरवलं... मला माफ कर... की, हाच माझा उर्वरित आयुष्याचा जोडीदार. ह्या चाळीपासून माझा राजकुमार मला दूर-दूर घेऊन जाईल. मग कसली

दगदग नाही, घरकाम नाही. फक्त मी आणि माझा डावीकडून तिसरा लांबसडक रस्त्यांनी पळत चाललो आहोत. पण वाटतं, पळताच येणार नाही. रस्ता फार निसरडा झालाय.

नाना : मग मी विचारू त्यांना?

आई : तुला जमेल?

नाना : अगं, न जमायला काय झालं? भाऊंच्या मागे मी एक जबाबदार माणूस समजला जातो. शिवाय आईसाठी स्थळ बघणं हा काही गुन्हा नाही, उलट ते एक कर्तव्यच ठरेल. मी त्यांच्याकडे जातो आणि आई... नाही, 'मुलगी दाखवायला केव्हा आणू' म्हणून विचारतो.

आई : मी जाते. स्वयंपाकाचं बघते जरा– (जाते.)

नाना : अरे, आमच्या आईला जो पाहिजे होता तो कोण, हे जाणून मला घ्यायचंय. म्हणून तात्पुरता 'तो' माझे मेलेले वडील झालेत आणि सगळ्यात कहर म्हणजे, आमच्या आईला माझ्या मेलेल्या वडिलांशी लग्न करायचे आहे. ह्या चक्रातून बाहेर पडावंसं वाटतं. पण 'तो' कोण, हे कसं कळणार? कारण आईची भानगड इन्टरेस्टिंग आहे. माझं डोकंच आऊट झालंय. कधी-कधी वाटतं, माझा 'टारझन' होऊन जावा. भाग १ ते १५ म्हणजे अगदी बघायला नको. विचार करायला नको. भावना नकोत. नाती-गोती, बोलणं काही नको. नुसतं आपलं गोरिला माकडाचं बोट धरायचं. संकटाचे वेळी आरोळी मारायची, संकटे दूर होतात. पुन्हा आपण आपले गोरिला धरायला मोकळे! जंगलाचा राजा टारझन! आऽऽऽ (आरोळी मारतो)

भाऊ : आलोऽ आलोऽऽ! काय झालं, काही संकट आलं का?

नाना : तुमचा बिझिनेस आहे खूप मोठा.

भाऊ : म्हणजे–

नाना : असं मी तिला म्हणजे माझ्या आईला ऊर्फ तुमच्या रमेला सांगितलं. तुम्ही दर शनिवारी-रविवारी ह्या गावात येता आणि हॉटेलमध्ये राहता. स्पेशल रूममध्ये.

भाऊ : स्पेशल रूममध्ये?

नाना : ह्या वाक्याची प्रतिक्रिया मी पूर्वीच व्यक्त केलीय. हो, स्पेशल रूममध्ये. कळलं? तुम्ही डावीकडून तिसरे आहात. माझ्या आईला आवडले आहात. ती तुमच्याशी लग्न करू इच्छिते.तेव्हा आई... मुलगी दाखवायला कधी आणू? का तुम्हीच येता बघायला?

भाऊ : अरे, पण आमचं लग्न झालंय.

नाना : असेल. एकाच स्त्रीला एकाच पुरुषाशी दोन वेळा लग्न करायला बंदी नाही. फक्त सप्तपदी रिपीट करायची, त्यात काय!

भाऊ : अरे, पण मी तुमच्यातला नाही. मी मेलेलं, एक सडणारं प्रेत आहे. [स्तब्धता]

नाना : मी करू तरी काय? मला तुमच्या मृत्यूत इंटरेस्ट आहे हो, आणि तुम्हाला डावीकडून तिसरा कोण ते पाहिजे. त्यानं तुमचा असा हॅम्लेटचा बाप का केलाय? असा अर्ध्यावर धीर सोडू नका भाऊ. अहो, तुम्ही मला धीर द्यायचा की मी तुम्हाला? निदान मुलीला बघून तरी घ्या एकदा. सापत्य विधवा आहे. दिसायला देखणी आहे. आपणही बिजवर आहात. नाही म्हणू नका. मुलीला वाईट वाटेल. मुलगा तुमच्या आड येणार नाही. वेगळा राहील. एकदा तुमची बघाबघी झाली, की मला सत्य समजेल. नाही म्हणू नका. ती जिवंत आहे. तुम्ही... तुम्ही...

भाऊ : मला अग्नी...

नाना : तुम्ही... मेलेले आहात. तुमच्या अंगाचा वास...
[नानाच्या पोटात ढवळते, त्यास घेरी येते. भाऊ विंगेतून पाणी आणून देतात.]

भाऊ : कसं वाटतंय आता?

नाना : आय ॲम ऑल राइट. अतिविचारांनी ग्लानी आलीय मला. मला वाटलं की, मी पण मरतो की काय! म्हणजे बघायला नको. बाप-लेक जोडीनं चितेवर! जणू जोडीने बारावी पास. तर, मी आईला जाऊन सांगतो- तुम्ही बघायला येणार म्हणून. तुम्ही सूट आणि काळा चष्मा घालून माळ्यावरून या. (भाऊ जातात.) येताना जरा पॉयशा मारा.

नाना : आईऽऽ कुठे आहेस?

आई : काय रे?

नाना : अगं, ते येतायत.

आई : कोण ते?

नाना : डावीकडून तिसरे.

आई : कधी?

नाना : आत्ता निघालेच आहेत.

आई : मला आधी तरी सांगायचंस. मला जरा तयार तरी होऊ देत. काय अवतार झालाय माझा!

नाना : प्रश्न विचारू नकोस. ते ऑलरेडी आलेले आहेत.

आई : काय सांगतोयस काय! कुठायत?

नाना : माळ्यावर बसलेत.

आई : माळ्यावर?

नाना : हो.

आई : अरे, माळ्यावर काय बसवलंस त्यांना?

नाना : काय करणार मी? तू आत होतीस. ते आले आणि म्हणाले, लपव मला.

आई : कशाला?

नाना : कुणास ठाऊक! म्हटलं मी त्यांना. म्हटलं, कशाला लपवू? कारण तरी सांगा. एवढे मोठे झालात तुम्ही आणि लपताय काय? काय हे वेड्यासारखं? मुलगी बघायला जायचं आणि म्हणायचं, लपवा आम्हाला! काही अर्थ आहे का? खूप वाद घातला. म्हणाले, लपव नाही तर गुदगुल्या करीन. शेवटी लपवलं माळ्यावर. आफ्टर ऑल, आपला वधुपक्ष पडतो.

आई : आता मी काय करू?

नाना : पट्कन् खाली बस. आणि बोलू नकोस. अंगभर पदर घे. डोळे मिट. मी बोलावतो त्यांना. नाव काय म्हणालीस?

आई : मला काय माहीत? इश्श!

नाना : इश्श काय? कमाल आहे! नवऱ्या मुलीला नाव माहीत नाही आणि

नवरा मुलगा लपून बसतो म्हणतो! घोळच आहे. दुसरेपणाचं लग्न त्रासाचंच दिसतंय. ॲहॅ! ॲहॅ! लाजते काय? अगं, नाव सांग.

आई : मला नाही माहिती.

नाना : तेही आम्हीच करा. ठीक. रेडी.

आई : रेडी.

नाना : एक, दोन, तीन! अहो डावीकडून तिसरेऽ अहो डावीकडून तिसरेऽऽ (भाऊ आतून ओ देतात.) अहोऽ ओ काय देताय, आता या. आणि मुलगी बघा पटापटा

[भाऊ : (आतून) त्यांना म्हणावं, सुईत दोरा ओवून दाखवा.]

नाना : सुई! (एका विंगेत जातो.)

दोरा! (सुई-दोरा आणून देतो.)

आई : अरे, मला दिसत नाही. तू ओवून दे ना-

नाना : आणा. (ओवून देतो.)

ओवला हो. मुलीची दृष्टी चांगली आहे. आता या. या ना. च्यायला, तुम्हाला आणलंय कशाला? अहो डावीकडून तिसरे, येता की नाही? (भाऊ विंगेतून... आम्ही लपून बसलोत. मग खाली कसे येणार?) म्हणे लपलोय. मीच ठेवलंय तुम्हाला.

आई : भारीच गमतीशीर स्वभाव दिसतो स्वारीचा.

नाना : तर! अहो, येता की मी येऊ वर?

[भाऊ (आतून) : तू वर आलास की मी तुला सापडेन.]

नाना : काय करताय काय वर?

[भाऊ : गाणं म्हणतोय.]

आई : गाणं काय म्हणा? माझा आवाज नाही हं चांगला. एऽ काही तरी काय!

नाना : ते, ते गाणं म्हणतायत असं म्हणाले. अहो, या ना. च्यायला, खाली येऊन म्हणा गाणं.

भाऊ : आलो.

[भाऊ येतात. टेर प्यायलेले. हातात माईक. त्यांना पाहिल्यावर नाना विंगेत जातो. भाऊ गाणे म्हणत नाचतात.]

हे मुत्तकडी कव्वाडी हडा
मुत्तकडी कव्वाडी हडा
प्यारमे जो भी करना होगा वही मुझे करना पड़ा

आई : अय्योडा अय्यो अम्माऽ

भाऊ : मुत्तकडी कव्वाडी हडा
चंदनाचं लाकूड आणा
प्यारमे जो भी करना चाहा
छातीवर ओंडका ठेवा...

आई : अय्योडा अय्यो अम्माऽ
[नाचता-नाचता भाऊ आईच्या फार जवळ जाऊ लागले की, नाना विंगेतून भाऊंच्या अंगावर पॉयशा मारतो]

भाऊ : मुत्तकडी कव्वाडी हडा
डोळ्यावरती कणिक ठेवा.
प्यारमे जो भी करना होगा वही मुझे करना पड़ा
नाना, यू आर ग्रेट! मला माळ्यावर व्हिस्की सापडली, अंगाचा वास असह्य झाला नि प्याली. माझ्यापासून चोरून पितोस होय?

नाना : (हलकेच) तुम्हाला अग्नी दिल्यावर पिण्यासाठी आणून ठेवली होती. मेल्यावर किक आलेली दिसते आहे.

आई : तुम्ही कुठल्या भाषेत बोलता आहात, मला समजत नाहीये.

भाऊ : गुड मॉर्निंग गंगा.

आई : इश्श! माझं नाव रमा.

भाऊ : पण तू आमची गंगा. तुझा नवरा गेल्यावर त्याच्या मुखात गंगा घालताना प्रथम पाहिलं तेव्हाच ठरवलं की, ही आमची गंगा!

आई : मला गंगा म्हणणार?

भाऊ : येस. माय गँगीज. बघू, (आई मान वर करते.) बघितलं गंगे, तुला बघितलं. आम्ही चाललो. पसंत आहे आम्हाला. (जायला लागतात.)

आई : जपून जा.

नाना : (भाऊंच्या कानात) माळ्यावर जाऊन पडा. भलतीच स्ट्राँग असली

पाहिजे, मेल्यावरही चढते! (भाऊ जातात.)

आई : अरे, ते गेले. नाव विचारण्याच्या आत अदृश्य झाले! आनंद... आनंदी आनंद गडे! मला बाई हर्षवायू व्हायची पाळी आली आहे. काय बाई करू? आनंद व्यक्त कसा करू?

नाना : म्हणा म्हणा, गाणं म्हणा. त्यासाठी एक्सप्लेनेशन देत बसू नका.

आई : अरे, आज माझा आवाज लागला. मला सूर सापडला. जणू दिवाळी आलीय चालत माझ्या घरात!

['दिव्या दिव्यांची ज्योत सांगते तुझी नी माझी प्रीती' हे गाणे हातात तबक घेऊन म्हणते. नानाच्या हातात पेटती फुलबाजी. पाठीमागचा पडदा वर जातो. त्यावर दिव्यांची आरास संगीताच्या तालावर हलताना दिसते. आवाज हळूहळू कमी होतो. फक्त नानावर प्रकाश.]

नाना : बापाचं तेरावं संपून माझ्या घरी दिवाळी सुरू झाली आणि त्या प्रकाशाला भिऊन मी जुन्या स्मशानाची वाट तुडवतोय. आई-बापांनी केलेला घोळ बापाला अग्नी देऊन मिटवला पाहिजे. रहस्याच्या मागे लागून मुलगी दाखवण्याचा घाट घातला नि बापाने परस्पर मुलगी पसंत करून मला नॉनप्लस करून टाकलंय.

आईला सांगितले पाहिजे- अगं, तुझ्या चौकटीतील ते हे नव्हेत. हा अग्नीसाठी हपापलेला एक समंध आहे. एका जिवंत स्त्रीला एका प्रेताशी संसार कसा शक्य आहे? अगं, लग्न झालं की सूट आणि काळा चष्म्याची कवचकुंडलं गळून पडणार आहेत आणि एक सडका देह तुझ्याभोवती जीवघेणा वास भरून टाकणार आहे. तेव्हा तू त्यांना नक्की ओळखशील. अगं, माझी सुरुवात जिथे झाली ते तू विसरणं कसं शक्य आहे? लग्न होणे नाही. रहस्य तुझ्यापाशीच ठेव. अज्ञानातील सुख आम्हाला समजू दे. आई, तुझी निराशा होणार आणि डावीकडून तिसरा हा जीवघेणा शोध चालूच राहणार.

पण नाही. आई, जर मला रहस्य कळणार नाही, तर तुला पण मी भाऊंचं रहस्य कळू देणार नाही. आपल्या घराचा होणारा हिंदी पिक्चर संपवणं म्हणजे भाऊंना अग्नी. अरे, बोलता-बोलता जुन्या

स्मशानाची जागा कधी आली, कळलंच नाही.

[रखवालदार प्रवेश करतो.]

रखवालदार: क्यों बच्चे, क्या हुवा?

नाना : कोण तुम्ही?

रखवालदार: मग दिला की नाही अग्नी? मागल्या खेपेस तुमचा मुडदा इथे यायला नि हे स्मशान बंद व्हायला एकच वखत.

नाना : नाही ना! कसला जाळतोय! मुडदा नव्या स्मशानात जळत नाही म्हणतो. जुन्या स्मशानात जळणार, असा हट्ट धरून बसलाय.

रखवालदार: घोटाळा झाला म्हणायचा! जाळायचा का?

नाना : काय म्हणालात?

रखवालदार: नाही म्हटलं, ह्या जुन्या स्मशानात मुडदा जाळायचा का?

नाना : काय म्हणालात, परत बोला.

रखवालदार: नाही म्हनलं, तुमच्या बापाचा मुडदा आमच्या जुन्या स्मशानात जाळायचा का?

नाना : पण तुम्ही...

रखवालदार: अहो, ह्या जागेत पहिलं स्मशान नव्हतं का? रात्री म्हणू नका, दिवसा म्हणू नका- लोक सारखे विचारायला येतात. अहो रखवालदार, एवढा एक जाळू द्या की... ह्याची शेवटची इच्छा पुरी करा की! ह्याच्या पिंडाला कावळा शिवंल, देव तुम्हाला दुवा देईल. तवाच माझ्या मालकांनी नि मी ठरवलं की, आपन मुडदे ब्लॅकमधी जाळायचे.

नाना : प्रेतांचा काळाबाजार करता आपण?

रखवालदार: तर म्हनलं, आपल्याला पैसे सुटतील; त्यांच्या बी पिंडाला कावळा लागंल.

नाना : पण ह्या जागेचे मालक...

रखवालदार: त्यांना काय झालंय, हप्ता वाटून घेतो आमी. एखानदा साथीचा रोग घावला पाहिजे बघा. झक्कास बिल्डिंग उठवतो शानदार!

नाना : पण किती?

रखवालदार: दोन हजार. आमची सिस्टीम जरा पॉप्युलर होऊ द्या राव, म्होरं भाव

जरा खाली येईल.

नाना : काही कमीचं बघा की–

रखवालदार: रेट फिक्स है मालक. जोखमीचं काम आहे. धाड पडली तर मुडदा जप्त हुईल राव!

नाना : मग केव्हा आणू मुडदा?

रखवालदार: कवाबी आणा. मी मोकळाच आहे.

नाना : जरा पैशाची सोय झाली की येतो.

रखवालदार: बराय. (जातो)

नाना : एक देह जाळण्याचा सवाल आहे. किंमत दोन हजार. आणायचे कुठून?

[आतून : हॅलोऽ हॅलोऽ हॅलो, मी येऊ का? मी येऊ का?]

या, या. कोण आपण?

माणूस : मी एल.आय.सी.–एल.आय.सी.

नाना : आईचा घो! च्यायला, विसरलोच होतो. भाऊंची पॉलिसी आहे दहा हजारांची. अहो, मी भाऊंचा वारस.

माणूस : मला माहितीय, मला माहितीय. द्या. (नाना टाळी देतो.)

मी पॉलिसी मागितली, टाळी नाही. टाळी नाही.

[नाना विंगेत जाऊन पॉलिसी घेऊन येतो.]

हे दहा हजार. हे दहा हजार– चेक आहे. चेक आहे.

नाना : थँक्स. इतक्या लवकर मिळतील, वाटलं नव्हतं. पण का हो, हे सगळं दोनदा कशासाठी?

माणूस : मी वाक्य रिपीट करतो. कारण आयुर्विम्याला पर्याय नाही. नाही. येतो. येतो. (जातो.)

नाना : आयलाऽ दहा हजार! आता सुटा घरी. भाऊऽ भाऊऽऽ

[भाऊ येतात.]

उतरली? चला भाऊ. झाली, व्यवस्था झाली.

भाऊ : लग्नाची?

नाना : नाही, अग्नीची. चला, तुमच्या लाडक्या जुन्या स्मशानात चला.

भाऊ : ते कपडे– त्यांचं काय करू?

नाना : घ्या बरोबर. जाळून टाकू. चला, चला लवकर.
(स्टेजवर चकरा मारतात. एकदम थांबून)
हात बघू. मला वाटलं, पडलं की काय?

भाऊ : काय?

नाना : मी शिवलेलं बोट! चला.
(पुन्हा चकरा मारतात.) अहो रखवालदारऽऽ आम्ही आलोत.

रखवालदार: आनला मुडदा? कुठाय?

नाना : हा काय!

भाऊ : नमस्कार.

रखवालदार: हा? पन हा बोलतोय की!

नाना : नाही. तुम्हाला भास झाला.

रखवालदार: चला, चिता तयार आहे. झोपवा त्यांना.

भाऊ : नाही...

नाना : नाही काय? चला, चितेवर चढा. जुनंच स्मशान आहे. घाबरू नका. तुम्हाला काय वाटलं, मीच मेलोय म्हणून?

भाऊ : नाही, नाही! इतकी वाईट इच्छा मी कशाला करीन?

रखवालदार: चितेवर चढा.
[भाऊ मध्यभागी एका चौथऱ्यावर उभे राहतात.]
जरा लाकडं घाला.
[दोघेही चिता रचल्याचा आविर्भाव करतात.]

नाना : (चिता रचता-रचता) घ्या, लाकडं घ्या. गोवऱ्या घ्या, ब्लॅकमधलं रॉकेल घ्या आणि ब्लॅकमध्ये जळा. आता आपला प्रवास वेगवेगळा. भाऊ, पंचप्राणांनी युक्त तुमचा रसिला देह जाऊन फक्त कार्बन आणि फॉस्फरसचे रुक्ष विश्व उरणार. जळा भाऊ, पोटभर जळा. तिरडीवरून न आणता चालत आणलेल्या ह्या भाऊंचा हा नाना आता आयुष्याच्या धंद्याला उभा आहे. भांडवल फक्त आठ हजार आणि एक देखणी आई. जळा भाऊ, पोटभर जळा. हा ओंडका छातीवर घ्या. हे चंदनाचे लाकूड उशाशी घ्या. अंगावर गोवऱ्यांची दुलई घ्या. जळा भाऊ, पोटभर जळा.

आईचा डावीकडून तिसरा अपघातात मेला, असं सांगायचं आणि आईची फसवणूक करायची. तिची चौकट रिकामी करायची. मग तिला कदाचित डावीकडून पहिला दिसेल. पण भाऊ, तुम्ही मात्र बिनधास्त जळा.

अगं आई, डावीकडून तिसरा खरंच नदीत बुडून मेला. हा बघ त्याचा सूट आणि काळा चष्मा. तरीसुद्धा भाऊ तुम्ही पोटभर जळा. तुम्ही आणि आईने माझी सुरुवात करून दिली. हे अस्तित्व जाणवणारच. माझा टारझन होणार नाही. तुम्ही निघून चालतात....लकी आहात. तरीसुद्धा भाऊ, तुम्ही निर्धास्त जळा.

रखवालदार: पेटवा.

नाना : अग्नी कसा देणार?

रखवालदार: डरो मत बच्चे, आपने पास लायटर है न!

[नाना भाऊंना अग्नी देतो. लायटरने. त्यांच्यावर तांबडा प्रकाश पडायला सुरुवात होते. मृदंगाचा भन्नाट ठेका घुमायला लागतो.]

भाऊ : मंडळी, जरा थांबा. कवटी फुटायला अजून अवकाश आहे. तोवर माझे आख्यान पुरे करू द्या. प्रसंगच असा की, काळ्याबाजारात जळावे लागते. पण जागा पूर्वीचीच असल्याने मनाला सात्त्विक समाधान आहे. चालत स्मशानात आल्यामुळे देहाला मालिश झाल्यागत वाटत आहे. जणू मी सतीच जातोय! डोळ्यांना कणकेच्या गोळ्यांचा गारवा जाणवतोय. त्याच्या गारव्याने रंगीबिरंगी काजवे चमकत आहेत. अंधार दाटतो आहे. चित्रविचित्र आकार दिसत आहेत. एखादा आकार आमच्या चाळीसारखा दिसून जातो. रमा दिसते, रमेने मांडलेला संसार दिसतो आणि त्रिशूळासारखी टोचणारी ती चौकट पण दिसते. मला नाना आठवतो. नाना होण्याच्या आधीचे दिवस आठवतात. ह्या सगळ्यातून मी बाहेरचा. कारण फक्त पंचप्राणांचा फरक. मेल्यावर अग्नीची घाई करणारा मी, चटके बसल्यावर मात्र मला सासू-सुनेच्या गोष्टीची आठवण होत आहे. (उच्च स्वरात) आवा चालली पंढरपुरा! सासू यात्रेला चालली आहे. पण संसारात पाश सुटत नाही. सुनेला मात्र बजावत आहे,

परिसे गे सूनबाई । नको वेचू दूध दही ।।
आवा चालली पंढरपुरा । वेसीपासून आली घरा ।।
ऐक गोष्टी सादर बाळे । करी जतन फुटके पाळे ।।
माझे हातीचा कलवडू । मजवाचूनी नको फोडू ।।
उखळ मुसळ जाते । माझे मन गुंतले येथे ।।
भिक्षुक आल्या घरा । सांग गेली पंढरपुरा ।।
वरवर विरक्तीच्या गोष्टी करणारी सासू शेवटी कळवळून म्हणते-
आता कासया यात्रे जाऊ । काय जाऊ नि तेथे पाहू।।
मुले लेकुरे घरदार । माझे येथेचि पंढरपूर ।।
पण मंडळी, माझे पंढरपूर येथे नाही. चौकटीसकट दिसणारा संसार माझा नाही. अहो, दिसला कुणी रमेला तर दिसला. नाही तरी जोश्यांच्या बंडूचा तोंडावळा माझ्यासारखा होता, असं म्हणतातच की! फिटंफाट झाली म्हणायची आणि अज्ञाताचा प्रवास सुरू करायचा.
[स्तब्धता]

नाना : आवाज झाला का हो?

रखवालदार : छे! अवो, एवढ्यात कुठली फुटायला... लाकूड तडकलं आसंल.

भाऊ : एकच अखेरची इच्छा आहे. जरी मी पिंडाला शिवलो असलो, तरी ईश्वराला साकडे आहे. नाना कंटाळला आहे. घरी गेल्यावर अंघोळ आहे आणि मग पुन्हा डावीकडून तिसऱ्याचा शोध आहे. तेव्हा आमच्या चाळीच्या नळाचे पाणी जाण्याच्या आत माझी कवटी फुटो, एवढी एकच इच्छा आहे.
देह जावो अथवा राहो । पाण्याआधी कवटी जावो ।।
देह जावो अथवा राहो। पांडुरंगी लीन व्हावो ।।
[गजर वाढत राहतो. तांबडा प्रकाश वाढत राहतो.]

नाना : जाळ वाढत चालला भाऊ, फुटायची वेळ होत आली. ह्या ज्वालांची एक चौकट विणत चाललीय, त्यात एका तरुणीचा चेहरा आकार घेतोय. ती तरुणी कदाचित प्रेक्षकांत शंभर रुपयांत, पन्नास रुपयांत बसली असेल. तिचा नंबर डावीकडून तिसरा आहे आणि मला ती

आवडणारी आहे. त्या चौकटीच्या कडेवर एक माशी मात्र ऐटीत बसलेली स्पष्ट दिसते आहे. ती तेवढी खरी. पडदा पडल्याखेरीज ती उडणार नाही. माझा टारझन होणार नाही, म्हणून –
विठ्ठल विठ्ठल जय हरी विठ्ठलऽऽऽ
[गजर वाढतो. थांबतो. तबलेवाले आवरायला लागतात. गवसणी घालण्याच्या आधी तबलेवाला सहज म्हणून थाप ठेवून देतो. तो आवाज ऐकून–]

नाना : चला, फुटली म्हणायची!

रखवालदार : तर, आवाज काय लपतोय काय?

नाना : एखादी सिग्रेट?

रखवालदार: आपल्याकडे हिरवा दोरा... चालेल?

नाना : चालेल.
[पहारेकरी नानाला बिडी देतो. लायटरने पेटवतो. नाना व पहारेकरी विरुद्ध दिशेला निघून जातात. मध्यभागी भाऊ पाठमोरे स्तब्ध उभे. तीव्र तांबडा प्रकाश. वाढती शांतता...]

[पडदा.]

* 9 7 8 8 1 9 5 5 1 2 7 9 9 *
FCW - #0252 - 061026 - C0 - 216/140/5 - PB - 9788195512799 - Matt Lamination